# பாஸ்கரா

சிவாயம்

ஏலேபதிப்பகம்

பாஸ்கரா – நாவல்
© சிவாயம்
எழுத்தாளர்: சிவாயம்

முதல் பதிப்பு: அக்டோபர் 2021

வெளியீடு:
ஏலே பதிப்பகம்
5/175, பாத்திமா நகர்,
கூத்தென்குழி,
திருநெல்வேலி – 627104
தொடர்புக்கு: 9944992571

Baaskara - Novel
© Sivayam
Author: Sivayam
First Edition: October 2021

Published By:
Aelay Publish
5/175, Fathima nagar,
Kuthenkuly,
Tirunelveli -627104
Phone: 9944992571

Design And Executed by

ISBN : 978-93-5533-026-0
Page : 163

சூரியன் மேற்கில் மறைந்து கொண்டிருக்கும் பின் மாலைப் பொழுது - மதுரை மாநகரம் வைகை தாண்டிய வடக்கு மதுரை. உயர் நிலை காவல் அதிகாரிகளுக்கான பங்களாக்கள் உள்ள ஒரு பெரிய கேம்பஸ். அதில் ஒருபெரிய பங்களா **N. அமுதா IPS** என்னும் பெயர் பலகை மின்னுகிறது வெளியே.

உள்ளே தன் சீருடையை பரபரப்புடனே மாட்டிக் கொள்கிறாள் அமுதா. முகத்தில் ஒரு லட்சிய வெறி. மேஜை டிராயரிலிருந்து ரிவால்வாரை எடுத்து விருட்டென சுற்றி தோட்டாக்கள் சரி பார்த்துக்கொள்கிறாள். நொடியினில் வெளி வந்து ஜீப்பில் ஏற புயலாய் கிளம்புகிறது ஜீப்.

அமுதா ஜீப் வைகை நதி பாலம் கடந்து கொண்டிருக்கிறது. அவளது செல்போன் ஒலிக்க எடுக்கிறாள். எதிர் முனையில் இவள் மீது விஸ்வாசம் கொண்ட ஒரு காவல் அதிகாரி.

"வணக்கம்மா "

"சொல்லுங்க ஜெயபால் "

"கடமையே இலட்சியம்னு அந்த சிலை திருட்டு கும்பலை பிடிக்கவும் விலை மதிப்பில்லாத புத்தூர் அம்மன் சிலையை மீட்கவும் உயிரை பணயம் வைத்து நீங்க போய்கிட்டுருக்கீங்க"

அவர் கொஞ்சம் தயங்கி நிறுத்த

"எஸ் புரசீட் ஜெயபால்"

"சொல்றதுக்கு மன்னிக்கனும்மா ரொம்ப எச்சரிக்கையா ஹேண்டுல் பண்ணுங்க உங்களுக்கு தெரியும் போலீஸ்ல ஒரு ஐந்தாம் படை ஆபீஸர் ருத்ரன் IPS. அவரையும் இந்த

ஆப்ரேஷன்ல என்கேஜ் பண்ணியிருக்காங்களாம். டி.ஜி.பி ஆபீஸ்லயிருந்து கசிந்து வந்த செய்தி."

"என்ன சொல்லறீங்க ஜெயபால் DGP அப்படி ஒரு தப்புக்கு இடம் கொடுக்க மாட்டாரே."

"அவருக்கு தவறான தகவல்களை கொடுத்து நாடகமாடுது ஒரு கும்பல். சிலை திருட்டு டாப் லெவல் கல்பிரிட் டாக்டர் சந்திரகாந்த் உயிருக்கு ஆபத்தாம். அவருக்கு பாதுகாப்பு கொடுக்க ருத்ரன் I.P.S தலைமைல ஒரு டீம் உள்ள இறக்கியிருக்காங்க. எது வேணாலும் நடக்கலாம் உங்க உயிருக்கும். மன்னிக்கனும்மா"

அமுதா கேட்டுக் கொண்டே செல்கிறாள். வாகனங்கள் இரைச்சல் காதை துளைக்கிறது.

மதுரை மேற்குப் பகுதியில் கோச்சடை தாண்டிய அவுட்டர் ஏரியா. நட்சத்திர அந்தஸ்து கொண்ட ஒரு பெரிய லாட்ஜ். புயல் வேகத்தில் உள் நுழைந்த ஜீப்பிலிருது அமுதா விருட்டென கீழே இறங்குகிறாள். அவளை தொடர்ந்து பின்னொரு ஜீப்பில் அவளுடைய டீம் அதிகாரிகள் மூவர்.

அனைவரும் லாட்ஜ் உள் நுழைத்து தடதடவென படிக்கட்டில் ஏறி செல்கிறார்கள்.

ரிசப்ஷனில் இருந்தவர்கள் மிரண்டு விழிக்கிறார்கள்.

சில நிமிடங்களிலேயே மற்றொரு போலீஸ் டீம் லாட்ஜ் உள்நுழைந்து விறுவிறுவென படிகளில் ஓடுகிறார்கள்.

லாட்ஜ் அனைத்து தளங்களிலும் மின்சாரம் கட் ஆகி இருட்டாகிறது. கேம்பஸின் சுற்றுப்புறங்களில் எரியும் விளக்குகள் கொஞ்சம் ஒளி கொடுக்க மிதமான வெளிச்சம் லாட்ஜ் தளங்களிலே.

அடுத்த மூன்றாவது நிமிஷம் லாட்ஜ் ஓபன் டெரஸில் துப்பாக்கி சுடும் சத்தம்.

ஐந்தாவது நிமிடம் ஒருவனைப் பிடித்து இழுத்து வருகிறார்கள் இரண்டாவதாக நுழைந்த போலீஸ் டீம். அவனை ஜீப்பில் ஏற்றிச்செல்கிறார்கள் கைகளில் விலங்கிட்டு.

அவன் முகம் பார்த்த அமுதா பெரும் அதிர்ச்சி கொள்கிறாள். அவள் முகத்தில் கவலை அப்பிக் கொள்கிறது.

மறுநாள் அனைத்து செய்தித்தாள்களிலும் "சிலை திருட்டு மர்மம் விலகியது. புத்தூர் அம்மன் சிலையை கைப்பற்றினர் போலீஸார். பிடிபட்டவன் மதுரை மாவட்ட இளைஞன். தப்பித்து செல்லும் போது மருத்துவர் ஒருவரை சுட்டுக் கொன்றான". மீடியாக்களிலும் நாள் முழுதும் இதுதான் முக்கிய செய்தியாய்.

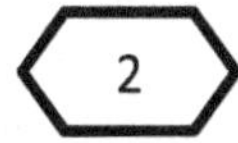



தன் செல்போன் ஒலிக்க எடுக்கிறாள் அமுதா. எதிர்முனையில் லேடி சூப்பர் ஸ்டார் குமாரி கலா. குரலில் பதற்றம்.

"வணக்கம் எஸ் பி அம்மா"

"சொல்லு கலா"

"பாஸ்கரன் கைது தெரிஞ்சு துடுச்சிட்டேம்மா நெஞ்சே வெடுச்சிடும் போல இருக்கு பேப்பர்லயும் டிவியிலயும் பார்த்த என்னால் அதிர்ச்சிய தாங்க முடியல நீங்க இருக்கங்குற தைரியத்துல தான் நான் மூச்சு விட்டுக்கிட்டு இருக்கேன்."

"பதறாத. தைரியமா இரு. உண்மை வெளிச்சத்துக்கு வரும்"

"சத்தியம் பண்றேம்மா இந்தக் கொலையை நிச்சயம் பாஸ்கரன் பண்ணி இருக்க மாட்டாரு. ஒருத்தர கொல்ற அளவுக்கு அவருக்கு கொடூர மனசு கிடையாது. என் சொத்து பூரா அழிஞ்சாலும் சரி சுப்ரீம் கோர்ட் வரை நான் போவேன் வழக்குல இருந்து அவர மீட்டு கொண்டு வருவேன்"

அவள் தேம்பி அழ

"நான் இன்னொரு நாள் பேசுறேன் கலா தைரியமா இரு" போனை வைக்கிறாள் அமுதா.

விரித்த தலையும் அழுத முகமுமாய் நெற்றியில் கை வைத்து தேம்பிக் கொண்டே இருக்கிறாள் குமாரி கலா.

மதுரை மாநகரம் - ஒரு காவல் துறை அலுவலகம் சிலை கடத்தல் தடுப்பு மற்றும் அது தொடர்பான புலன் விசாரணைகளுக்கென்றே பிரத்தியேகமான ஒரு மாளிகையில் அந்த அலுவலகம். அமுதா ஐ.பி.எஸ் எனும் நேம் பிளேட் டேபிளில் மின்ன, அமுதா தன் இருக்கையில் இருக்கிறாள். ஒரு ஐ.பி.எஸ் அதிகாரியின் போலீஸ் மிடுக்கு இப்ப அவள் கண்களில் இல்லை. மிடுக்கான கண்களில் ஒரு சோகம் படிந்திருக்க அதை பிரயத்தனப்பட்டு மறைத்து அமர்ந்திருக்கிறாள்.

காவல் அதிகாரிகளின் பூட்ஸ் கால் சத்தம் காரிடாரில் கேட்கிறது. இரு காவல் அதிகாரிகள் பாஸ்கரன் என்ற கைதியை விலங்கிட்டு கூட்டிக் கொண்டு வருகிறார்கள். அமுதா அறையை அடைகிறார்கள். ஒரு அதிகாரி கைதி பாஸ்கரனுக்கு காவலாய் நின்று கொள்ள மற்றொருவர் அமுதா அறை உள் நுழைந்து பணிவாய் சல்யூட் செய்து "மேடம் பாஸ்கரன் கைதியை கொண்டு வந்துருக்கோம்" என்கிறார்.

தன் கையை டேபிள் முன் காண்பித்து பார்வையிலேயே தன் முன் நிறுத்தச் சொல்கிறாள் அவனை. இரு காவல் அதிகாரிகளும் பாஸ்கரன் தோள் அழுத்தி உள்ளே தள்ளி வருகிறார்கள்.

பாஸ்கரனும் அமுதாவும் ஒருவரையொருவர் பார்த்துக் கொள்ள தன் கண்ணின் கலக்கத்தை மறைத்து மிடுக்குடனே நீங்க வெளியே காத்திருக்கலாம் என்கிறாள் இரு அதிகாரிகளிடமும். பாஸ்கரன் சலனம் இல்லா கண்களுடனே இன்னமும் அமுதாவை பார்த்து நிற்கிறான் போட்டிருந்த விலங்கின் சாவியை அதிகாரிகளிடம் கேட்க ஒருவர் பணிவுடன் சாவியை நீட்டுகிறார்.

"ரொம்ப ஆபத்தானவன் மேடம் ரெண்டு நொடி போதும் இவனுக்கு ஜன்னல் வழியே இறங்கி ரோட்டுக்கு போயி தப்பிச்சுருவான் "

இட் இஸ் ஆல் ரைட் என்பதை பார்வையிலேயே சொல்ல இரு காவல் அதிகாரிகளும் சல்யூட் செய்து கதவை இழுத்து விட்டு வெளியேறுகிறார்கள் அலர்ட்டாய் அறை வெளியே நின்று கொள்கிறார்கள்

அடுத்த வினாடி தன் இருக்கையினின்றும் எழுகிறாள் அமுதா. கதவை தாழ் இடுகிறாள் பாஸ்கரனை ஏறிட்டு நோக்கும் அமுதாவின் கண்கள் கலங்குகின்றன.

"அழ வேண்டாம் அமுதா நடப்பதை யார் தடுக்க முடியும் நீ சிலை கடத்தலை புலனாயும் காவல் அதிகாரியாகவும் உன் முன் நான் சிலை திருடிய குற்றவாளியாகவும் நிற்க வேண்டியது விதிவழி."

"மாமா" என அவள் உடைந்த குரலில் ஆரம்பிக்கிறாள் இப்ப வழக்கின் போக்கே சிலைத் திருட்டு மட்டுமல்ல கொலை..... டாக்டர் சந்திரகாந்த் கொலை......அந்த விலைமதிப்பற்ற அம்மன் சிலையை அன்றைய சம்பவத்தில் காவல்துறை

கைப்பற்றிவிட்டது அந்தக் கொலை ஏன் மாமா? ஏன் செஞ்சீங்க? சொல்லுங்க மாமா,"

அவளின் இந்த ஆணித்தரமான கேள்வியால் அவன் அதிர்ச்சியுற்றான் பதிலேதும் கூறாமல் தன் முக உணர்ச்சிகளை மறைத்து கொள்ள மெதுவாய் நடந்து சன்னல் அருகில் செல்கிறான் அவனின் மவுனம் நீடிக்கிறது.

அமுதாவும் கேள்வியின் கெஞ்சலுடனே ஜன்னல் அருகில் வருகிறாள். அவன் ஏதாவது சொல்லமாட்டானா எனும் ஏக்கம் அவளிடத்தில். ஆயினும் ஏமாற்றம் அவளுக்கு, அவன் வாயடைத்து நிற்பதால்.

"சிலையை கண்டுபிடிக்கவும் உங்களைப் பிடித்து கைது செய்யவும் இந்த ஆபரேஷனில் நான் மட்டும் காவல் அதிகாரி இல்ல. ருத்ரன் எனும் ஒரு ஐ பி எஸ் ஆபிசர்.

இந்த ருத்ரன் நல்ல ஒரு ஆபீசர் இல்ல. ஒரு மோசமான ஆள் காவல் துறையில ஒரு கரும்புள்ளி ருத்ரன். மோசமான மேலிடத்து ஆட்களின் பேக்ரவுண்டில செய்வதெல்லாம் நியாயமற்ற செயல். நாளைக்கே அவன் உங்களை விசாரிக்கும் நிலை வந்துடும் நீங்க அப்ரூவராக மாறி எல்லா உண்மைகளையும் சொன்னால் தான் உங்கள நான் வழக்கில் சிக்காமல் காப்பாற்ற முடியும்." தேம்புகிறாள் அமுதா.

இப்போதும் பாஸ்கரனிடம் மௌனம். வெளியே நகரினிலே வெள்ளமாய் ஓடிக்கொண்டிருக்கும் வாகன போக்குவரத்தை வெறித்து பார்த்தபடியே நிற்கிறானே யொழிய பதில் இல்லை அவனிடம்.

"அமுதா......"

ஆவலாய் திரும்புகிறாள் அவள், விலங்கினை மாட்டு என்பது போல இரு கைகளையும் அவன் நீட்ட மனம் ஒடிகிறாள்

அவள். லேண்ட்லைன் போன் ஒலிக்கிறது. எடுக்கிறாள். டி.ஐ.ஜி தான் அழைத்திருந்தார். பேசுகிறார்

"எஸ் சார். இதோ புறப்பட்டு வர்றேன் சார்."

பாஸ்கரன் இன்னமும் நீட்டிய கரங்களுடனே. ஒடிந்த மனதுடனே அவனைப் பார்க்கிறாள் அமுதா.

"ஒரு டிஸ்கஷனாம் நான் போகணும்....சில தினங்களில் பரபரப்பு குறையும்.... மீண்டும் விசாரணை என்று உங்களை நான் கூட்டி வரச்சொல்வேன். நீங்க என்னிடம் உண்மை சொல்ல வேண்டும்" அவள் கண்களில் திரண்டு நிற்கிறது கண்ணீர்.

"மாமா"

அவன் அவள் முகம் பார்க்கிறான்.

"வரும் வெள்ளிக்கிழமை என் கல்யாணம். ரிஜிஸ்டர் ஆபிஸில தான். அப்பாவும் இல்ல. நீங்களும் கைதியாய்."

திணறும் வார்த்தைகள் அவளிடம்.

"நீங்க என்னை ஆசீர்வதிக்கணும்..." இரு கை தூக்கி முகமெல்லாம் மலர அவளை ஆசீர்வதிக்கிறான் பாஸ்கரன்.

விலங்கினை மாட்டுகிறாள்,

விழிகளில் திரண்டிருந்த நீரை துடைத்துக் கொண்டே கதவு தாழ்ப்பாளை நீக்குகிறாள். தன் இருக்கையில் அமர்கிறாள். ஒரு போலீஸ் அதிகாரியாய் காலிங் பெல்லை அழுத்தினாள். வெளியே காத்திருந்த அதிகாரிகள் மீண்டும் அறைக்குள் விறைப்புடனும் பணிவுடனும் .

"ம்........ "

பார்வையினாலேயே உத்தரவு, கைதியை கூட்டிச் செல்லலாம் என்று.

கூட்டிச் செல்கிறார்கள் பாஸ்கரனை நெற்றியில் கை வைத்து கண்மூடி அமரச் செய்கிறது அவளின் மனக்கவலை. சில நிமிடங்கள் கடர சுவர் கடிகாரம் மணி மதியம் ஒன்று என காண்பிக்கிறது. டிஸ்கஸ்ஸனுக்கு செல்ல, அறையினின்றும் வெளியேறுகிறாள், விரைப்பை வர வழைத்து தொப்பியை சரி செய்து கொண்டே.

சிறை அறைக்குள்ளே பாஸ்கரன் பசி மறந்து, தூக்கம் தொலைத்து, கண்கள் எதையோ நினைத்து நிலை குத்தி நிற்க அவனின் ஆறு வயது பிராயம் கண்முன்னே வந்து நிற்கிறது.

தாய்போலும் தன்னை வளர்த்த தன் ஆருயிர் அக்காவின் அன்பும் அரவணைப்பும் நினைவில் ஓட மனம் நெகிழ்கிறது. ஒரு நாள் அவள் உயிர் பிரிய தான் கொண்ட ஏக்கம் இப்போதும் அவனை கண்ணீரில் நனைத்தது. அதன் பின்னே தான் பாலகனாயும், குமரனாயும், இளைஞனாயும் வளர்ந்த அவன் வாழ்க்கையும், சந்தித்த வேதனைகளும், செய்யாத குற்றத்திற்கு இன்று இந்த சிறைக்குள்ளே அடைபட்டு கிடப்பதும், அவன் கண்முன்னே காட்சிகளாய் விரிகிறது.

மதுரை மாவட்டம்-வாடிப்பட்டி கிராமம்- ஊருக்கு வெளியே சிறு வயல்வெளி.

வயல் நடுவே ஓடு மேயப்பட்ட ஒரு சாதாரண வீடு... பாஸ்கரன் ஆறு வயது பையன்.

அம்மாவை இழந்த சிறு பையன். உடன் பிறந்த அக்கா அன்னதாய் அவனுக்கு தலைக்கு ஊற்றி குளிப்பாட்டி விடுகிறாள். நான்கு வயதிலேயே அவன் தாயை இழந்ததால்

# 11

அந்த சோகமும் தாய்க்கு தாயாய் உடன் பிறந்த அக்கா அன்னதாய் பார்த்து கொள்வதால் அக்கா மீது அளவற்ற பாசமும் பாஸ்கரனுக்கு.

பாஸ்கரன் தந்தையும் இல்லாததால் அவனுக்கு உலகமே அக்காவும், அக்காவின் கணவன் நீர்காத்த லிங்கம் மாமாவும் தான் தலைக்கு தண்ணீர் ஊற்றி அவனை குளிப்பாட்டிய பின் தலை வாரி விடுகிறாள். சைக்கிளில் வைத்து ஒரு கிராமத்தில் இருக்கும் அரசுப் பள்ளிக்கு கூட்டிச் செல்கிறாள்.

பள்ளிக் கூடத்தில் ஆசிரியையும், அன்னத்தாயும் பேசிக் கொள்கிறார்கள்.

"பாஸ்கரன் படிப்பில் ரொம்ப கெட்டிக்காரன். ஒண்ணாவது ரேங்க் அவன் தான். சீக்கிரம் புஸ்தகம் நோட்டெல்லாம் வாங்கி குடுத்துறுங்க அன்னத்தாய்....."

"சரிங்கம்மா".

பள்ளியிலிருந்து அன்னத்தாய் வீடு திரும்புகிறாள். வீட்டை நெருங்க அவள் கணவன் நீர்காத்த லிங்கம் தண்ணீரின்றி வறண்டு வாடும் நெற்பயிரை சோகமாய் பார்த்துக் கொண்டு நிற்கிறான்.

" இன்னைக்கும் கால்வாயில தண்ணி வரலயா மாமா"

"எங்க வருது... மழையுமில்ல ஒண்ணுமில்ல..... டேம்ல தண்ணி இருந்தாத்தான கால்வாயில நீர் வரும்..... என் பேரு தான் நீர்காத்த லிங்கம்.... வயலு நீர் இல்லாம காய்ந்து கருகி கெடக்கு. ஏழை விவசாயி நான் குடும்பத்த காப்பாத்த முடியலயே. பாஸ்கரன் மள மளன்னு வளர்ந்திருவான், படிக்க வைக்கணும் செய்யணும்....."

இருவரும் பேசிக்கொண்டே நடக்கிறார்கள்.

அன்னத்தாய் வீடு...... கொடியில் காய்ந்திருந்த பாஸ்கரனோட டவுசர் சட்டைகளை எடுத்து தாழ் வாரத்தில் போடுகிறாள் அன்னத்தாய்......

இஸ்திரி பெட்டிய எடுத்து கனன்று கொண்டிருக்கும் நெருப்பு கங்குகளைப் போட்டு துணிகளை தேய்க்கிறான் நீர்காத்த லிங்கம். அவன் கண்களில் செய்தித்தாள் விளம்பரம் ஒன்று பட ஊன்றிப் படிக்கிறான்.

"கோவிந்தம்மாள் மெமோரியல் ட்ரஸ்ட் ஆரம்பப் பள்ளிக்கூடத்தில் பணிபுரிய ஆசிரியை தேவை."

"பாரு அன்னத்தாய்.....என் கூட படிச்சான்னு சொல்லியிருக்கேன்ல.....சீனிவாசன்.....அவர்களோட ட்ரஸ்ட் தான். ஆசிரியை வேலைக்கு விளம்பரம் போட்டிருக்காங்க..."

அன்னத்தாயிக்கு பளிச்செ ன ஒரு யோசனை.

"மாமா நான் சொல்றத கொஞ்சம் கேளுங்க."

மனைவி முகம் பார்க்கிறான் நீர்காத்தா லிங்கம்.

நான் B.Ed படிச்சிருக்கேன். இருந்தும் வேலை எங்க கிடைக்குது. உங்க நெருங்கமான நண்பர் தான் சீனிவாசன். சொல்லுங்க மாமா நான் அந்த வேலைக்குபோறேன்..... விவசாயத்தை மட்டும் நம்பி இருக்கிறதுக்கு வேலைக்கு போனா கொஞ்சம் பிரச்சனை தீருமில்ல.......

" உன்னை வேலைக்கு அனுப்ப....."

அவன் முடிக்கும் முன்னால் அவள் சொல்லுகிறாள்

"பரவாயில்ல மாமா"

மனைவியை வருத்தமாய் பார்க்கிறான் நீர்காத்தலிங்கம் அவள் வற்புறுத்த நண்பன் சீனிவாசனிடம் செல்போனில் பேசுகிறான்.

13

&

சிறுமலை பஸ்ட்டாண்ட் நீர்காத்த லிங்கமும், அன்னதாயும் பஸ்ஸை விட்டு இறங்குகிறார்கள்.

பள்ளிக்கூடம் இருக்கும் இடத்தை அங்குள்ள ஒரு கடையில் கேட்க,

"ஓ அந்த பள்ளிக்கூடம் ஊர் தாண்டி மலைச்சரிவில்" என்கிறான் கடைக்காரன்.

இருவரும் நடந்து பள்ளிக்கூடத்தை அடைகிறார்கள்.

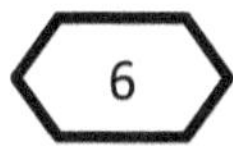

6

பள்ளிக்கூடம் - தலைமை ஆசிரியை அறை.

கண்டிப்பும் கனிவும் கலந்த குரல் தலைமை ஆசிரியைக்கு.

" சீனிவாசன் சார் சொல்லிட்டா அதுக்கு மேல எதுவும் இல்ல... இருந்தாலும் நீ தெரிஞ்சுக்கிடணும்னு சொல்கிறேன்.

நீங்க இருக்கிறது வாடிப்பட்டி அங்கிருந்து பிரயாணம். பண்ணி வரணும்.

இப்ப நீங்க வந்த நேரத்தை கணக்கு வைச்சுக்கங்க......

அப்புறம் இந்த ஸ்கூல் ஆரம்பிச்ச நோக்கமே இங்க மலையில இருக்கிற தொழிலாளர், மற்றும் ஏழை விவசாய குடும்ப பிள்ளைங்களுக்கு படிப்பு கொடுக்கணும்னு தான்.

பிள்ளைங்க இலேசுல ஸ்கூலுக்கு வரமாட்டாங்க.
அப்பா, அம்மா கூட தோட்ட வேலைக்கு போறதுதான் அவங்களுக்கு பிடிச்சது. நாம தான் மலைல ஏறிஇறங்கி அவர்களை இழுத்து புடிச்சு கொண்டு வரணும் .....சிரமங்கள் இருக்கிறத தெரிஞ்சுக்கிடனும்ல நீ ....."

எந்த தயக்கமும் இன்றி சொல்கிறாள் அன்னத்தாய்.

"நான் ஜாய்ண் பண்றேம்மா.....என்னால முடியும்"

அந்த தன்னம்பிக்கை அதேநேரம் அன்னத்தாயின் பணிவு தலைமை ஆசிரியைக்கு பிடித்து போக, அப்பாயின்மெண்ட் ஆர்டர் டைப் ஆகிறது.

அன்னத்தாய் சந்தோஷமாய் அதை கையில் வாங்குகிறாள். அதே சந்தோசத்துடன் ஊர் திரும்புகிறார்கள் கணவனும் மனைவியும்

முதல் நாள் பள்ளி செல்ல சிறுமலை செல்லும் காலை ஆறு மணி பஸ்ஸை பிடிக்க பஸ் ஸ்டாப்பில் வந்து நிற்கிறாள் கணவனுடனும் அன்பு தம்பியுடனும்.

பாஸ்கரன் கன்னம் தொட்டு கொஞ்சிவிட்டு, அவனை பிரியும் சிறிதான கவலையுடனே பஸ் ஏறுகிறாள் அன்னத்தாய்.

நீர்காத்த லிங்கமும் பஸ்கரனும் பஸ் ஸ்டாப்பில் நிற்க, ஜன்னல் வழியாய் அன்னத்தாய் பார்த்துக்கொண்டே செல்கிறாள். சிறுவன் பாஸ்கரன் கை அசைத்து டாடா காண்பிக்கிறான் பல் தெரியும் உதடுகள் விரிந்த சிரிப்புடனே.

அன்னத்தாய் மலைச்சரிவுகளில் ஏறி இறங்கி சிறுவர் சிறுமிகளை கூட்டி வருகிறாள். மிகுந்த அக்கரையோடு வகுப்பறையில் பாடம் எடுக்கிறாள், எந்த ஆசிரியைகளும் இதுவரை கை கொள்ளாத புதிதான முறையில், எளிதாய் புரியுமாறு அவ்வளவு அழகாய்.

15

ஒரு நாள் பள்ளிக்கூட நேரம்

பாடம் சொல்லிக்கொடுத்துக் கொண்டிருந்த அன்னத்தாய்க்கு இலேசாய் தலைய சுற்ற வெராண்டா பெஞ்சில் வந்து படுத்து விடுகிறாள். இதை தன் அறையிலிருந்தே பார்த்துவிட்ட தலைமை ஆசிரியை, என்ன இது வகுப்பு நேரத்தில அன்னத்தாய் இப்படி பெஞ்சில் படுக்கிறாளே எனும் யோசனையான பார்வையுடன் எழுந்து வருகிறாள்.

"அன்னத்தாயி... அன்னத்தாயி..." ஹெட் மிஸ்டரஸ் குரல் கொடுக்க...

"சாரிம்மா.... தலைய சுத்துனது" எனும் குரல் கம்ம எழுந்திருக்க முயல்கிறாள். இந்தப் பேச்சைக் கேட்டுக் கொண்டு வெராண்டாவைக் கூட்டி சுத்தம் பண்ணிக் கொண்டிருந்த ஒரு வயதான ஆயாம்மா வந்து அன்னத்தாயோட நாடி பிடித்து பார்க்கிறாள். அனைத்து ஆசிரிய ஆசிரியர்களும் என்னவோ ஏதோவென கூடி விடுகிறார்கள். ஆயாம்மா முகம் மலர "டீச்சரம்மா மாசமா இருக்கு–ன்னு" சிரிப்புடனே சொல்ல ஹெட் மிஸ்ட்ரஸ் மற்றும் அனைவரும் முகம் மலர்ந்து நிற்கிறார்கள்.

ஒன்றிரண்டு மாதங்கள் கழித்து - ஒரு விடுமுறை தினம்- சூரியன் ஏறி வரும் காலைப்பொழுது வயலில் விவசாய வேலைகள் செய்து கொண்டிருக்கிறார்கள் கிராமத்து ஆண்களும், பெண்களும் :

தன் வயலில் நீர்காத்த லிங்கம், அன்னத்தாய் மற்றும் பாஸ்கரன் சந்தோசமாய் பேசிக்கொண்டே விவசாய வேலையில் இருக்கிறார்கள். கால்வாய் நிறைய நீர் ஓட்டம் அதனால் தண்ணீர் வயல்வெளியில் பாய....

எல்லோரும் மகிழ்ச்சியுடனே கும்மி அடித்து கொண்டாடி மகிழ்கிறார்கள்

அன்னத்தாய் வரப்பு மேட்டுல உட்கார்ந்து வாந்தி எடுக்கிறாள். பெண்கள் நெருங்கி வந்து கூடி விடுகிறார்கள்.

"நெனைச்சேன் அன்னதாயி, உன் முகக்கூறு பாத்து, பத்து நாளைக்கு முன்னயே"

உறவுக்காரி ஒருத்தி சொல்ல ஒரே சந்தோஷக் கலை அனைவரிடமும்
"ஏலே பாசு, அக்கா- உனக்கு பொண்ணு பெத்து குடுக்கப் போராடா..." இது இன்னொருத்தி. நீர்காத்தலிங்கம் வெட்கமாய் சிரிக்க, பாஸ்கரன் அதைவிட வெட்கப்பட்டு

" நான் விளையாட போறேண்ணு"

அந்த இடத்தைவிட்டு ஒரே ஓட்டமாய்.... ஓடுகிறான். அது பெண்ணுங்கிறதும் பாஸ்கரனுக்கு பொண்ணுங்கிறதும் ஆண்டவன் செயல் என்று நீண்ட தாடி வைத்தவன் ஒருத்தன் தாடியை நீவிக் கொண்டே சொல்ல

"சொல்லிட்டாருபா.... ஞானி நல்ல வார்த்தை சொல்லு உடுக்கு" கேலி கிண்டல் அங்கே.

அன்று இரவு பாயை விரித்து நீர்காத்த லிங்கம் அன்னத்தாய் படுத்திருக்க நடுவில் பாஸ்கரன். அவன் கை அன்னத்தாயின் வயிற்றில் கிடக்கிறது கணவனும் மனைவியும் ஒருவரை ஒருவர் பார்த்துக்கொண்டே கண் அயர்தல்.

8

அன்னத்தாய் இப்போது எட்டு மாத கர்ப்பிணி. வாடிப்பட்டியில் அவர்கள் வீட்டு அருகில் உள்ள பஸ் ஸ்டாப். வழக்கம் போல் அவளை ஏற்றிவிட நீர்காத்த லிங்கம்.

## 17

இருவரும் பஸ்ஸிற்காக நிற்க பஸ் வருகிறது. பஸ்ஸில் கூட்டம் ஸ்டாண்டிங் அன்னத்தாய் எப்படியோ ஏறி உள் செல்ல வயிற்றுப்புள்ளைக்காரிக்கு ஒரு வயதானவர்

"உட்காரு தாயின்னு" சொல்லி தன் இருக்கையை கொடுக்கிறார். கொடுத்து மகிழும் கிராமிய பாந்தம் இன்னமும் உயிர்ப்புடனே அந்தப் பகுதியில்.

சிறுமலையில் இறங்கி பச்சை பசேலென்ற மலைச்சரிவில் செல்போனில் பேசிக்கொண்டே ஒற்றையடிப் பாதையில் அவள் நடந்து செல்கிறாள்.

போன் எதிர்முனையில் கணவன் நீர்காத்தலிங்கம்.......

"தினம் இப்படி பஸ்ஸில அலையறதுக்கு நான் ஒன்னு சொல்றேன் மாமா......இங்க சிறுமலைல ஒரு அஞ்சாறு மாசம் ஒரு வீடு புடுச்சிருவோம்"

"பாஸ்கரன் பள்ளிக் கூட படிப்பு?"

அக்கறையுடனே நீர்காத்தலிங்கம் கேட்க,

"நானும் அத்தையும் இங்க சிறுமலைல இருந்துக்குடுறோம்...நீங்க அங்க இருங்க...பாஸ்கரன் படிப்பு கெடாதுல்ல..... கொஞ்ச நாள் தான..." என்கிறாள் அன்னத்தாய்.

"நமக்கு பிள்ளை பெறக்கப்போகுது...... நாள் வேகமாக ஓடிடுமே.... பிரசவ நேரத்துல"

நீர்காத்த லிங்கம் கவலையுடனே சொல்ல....

"அப்படி ஒரு அவசரத்துக்கு இங்குதான் ஆரம்ப சுகாதார நிலையம் இருக்குதே... அந்த டாக்டரம்மா ரொம்ப நல்லவங்க....." என்கிறாள் அன்னத்தாய்

"சரிம்மா...." வேற வழியின்றி அரை மனதாய் லிங்கம் சொல்ல வேண்டிய நிலை.

&

சிறுமலை வீட்டில் வீட்டு சாமான்கள் இறங்குகிறது வீட்டில் எடுத்து வைத்து முடித்து லிங்கமும் பாஸ்கரனும் புறப்படுகிறார்கள்.

சிறுமலை பஸ் ஸ்டாண்டில் இருவரும் பஸ் ஏறுகிறார்கள்

பஸ் நகர முதன்முதலாய் பாஸ்கரனை விட்டு தனியாய் இருக்கப்போகும் வருத்தம் மனதில் தெரிய அன்னத்தாய் கை அசைக்கிறாள். அன்னத்தாயை இப்ப பாக்குறது தான் கடைசி என்பதை அறியாத துரதிர்ஷ்டசாலியாய் லிங்கம் பயணிக்கிறான்.

அவ்வப்போது நீர்காத்த லிங்கமும் அன்னத்தாயும் செல் போனில் பேசிக்கொள்கிறார்கள். பேசி முடிக்கும் போது பாஸ்கரன்ட்ட செல்லை கொடுக்கச் சொல்ல..... அன்னத்தாய் அன்பொழுக பேசுவாள்... தம்பி என்றால் அப்படியொரு பாசம் அன்னத்தாய்க்கு.

9

ஒரு நாள் இரவு நேரம்....நல்ல மழை வேறு...

அன்னத்தாய்க்கு பிரசவ வலி வந்து விடுகிறது. பக்கத்தில் உள்ள பெண்கள் உதவிக்கு வருகிறார்கள். தெரு கோடியில் இருப்பவர் ஒரு ஆட்டோ டிரைவர்.

அவரை அழைக்க அவர் ஓடோடி வருகிறார். அன்னத்தாயை ஆட்டோவில் ஏற்றி ஆரம்ப சுகாதார நிலையம் செல்கிறார்கள். சோதனை செய்த டாக்டரம்மா பிரசவம் அட்வான்ஸ் ஆகிவிட்டது மேலும் காம்ப்ளிகேடட் பொஸிஸனில் இருக்கிறது என கண்டறிகிறார்.

19

"அருகில் திண்டுக்கல் ஆஸ்பத்திரி கொண்டு செல்வது நல்லது" என சொல்கிறார். இப்ப எப்படி போவது என எல்லோரும் பதை பதைக்க டாக்டரம்மாவின் மகன் வெளியே ஓடி வந்து எதிர் இருக்கும் சர்ச்சில் ஆலய மணியை ஓங்கி ..ஓங்கி அடிக்கிறான். யாரது இந்த நேரம் என பாதிரியார் எழுந்து வருகிறார்.

சூழ்நிலையைத் தெரிந்து கொண்டு இப்படி உதவிகளுக்காகவே சர்ச்சில் இருக்கும் ஆம்புலன்சை எடுத்து கொள்ளச் சொல்லுகிறார். நிலைமை தெரிந்து டாக்டரம்மாவும் உடன் வர ஆம்புலன்ஸ் திண்டுக்கல் நோக்கி புறப்படுகிறது.

லிங்கத்திற்கு தகவல் பறக்கிறது அன்னத்தாய் செல்மூலம்.

நான்கு ஐந்து கொண்டை ஊசி வளைவுகளை தாண்டிய மலைச்சாலைப் பயணத்திலேயே மழை வழுக்கிறது.. வயிற்று பிள்ளைக்காரிக்கு ஏதேதோ செய்ய டாக்டரம்மா விரல்களை பிடியாய் பிடித்து புரண்டு கொண்டு வருகிறாள்.

சம் காம்பிளிகேஷன்ஸ் என மருத்துவருக்கு தெரிகிறது. ஒரு திருப்பத்தில் டிரைவர் பிரேக் அடிக்க ஏன் என்று நிமிர்ந்து பார்த்த மருத்துவர் 'கடவுளே' என்கிறார்.

மலைச்சாலை ஆகையால், பெரும் மழையில் சாலையை அடைத்துக் கொண்டு மண்சரிவு விழுந்து கிடக்கிறது. மண்ணைத் தள்ளிக் கொண்டுவந்த தண்ணீர் சிறு வாய்க்காலாக சாலையில் ஓடிக் கொண்டிருக்கிறது.

இப்படி இக்கட்டான சூழலை எதிர் கொள்வதற்கென்றே ஆம்புலன்சில் தயாராய் வைத்திருக்கும் மண்வெட்டியை எடுத்துக் கொண்டு டிரைவர் மண் குவியலை பரபரப்பாய் அகற்ற ஆரம்பிக்கிறான்.

செல்போனை எடுத்த டாக்டர் ஏ.டி.இ நெடுஞ்சாலைத் துறையை தொடர்புகொள்ள அவர் குடியிருப்பில் டெலிபோன் ஒலிக்கிறது.

திண்டுக்கல் அரசு ஆஸ்பத்திரியில் தவியாய் தவித்து கொண்டு நீர்காத்த லிங்கம் அமர்ந்திருக்க அவர் மடியில் பாஸ்கரன். என்ன வென்று அறியா சோகம் அவன் மனதில் படிந்திருக்கிறது.

அங்கே சாலை பணியாளர்கள் மண் குவியல்களை அகற்றுகிறார்கள். குடையைப் பிடித்துக்கொண்டு பொறியாளர்கள் நிற்கிறார்கள். இரக்கம் மேலிட்ட மனதுடனே டாக்டரம்மா நிமிடங்களை எண்ணிக் கொண்டிருக்கிறார்.

&

திண்டுக்கல் அரசு ஆஸ்பத்திரி சைரன் ஒலி கொடுத்து வேகமாய் மருத்துவமனை உள் நுழைகிறது ஆம்புலன்ஸ்.

மனம் பதைக்க நீர்காத்தலிங்கம் ஓடுகிறார்...

எதுவும் புரியாவிட்டாலும் கண்ணைக் கசக்கிக்கொண்டு அக்காவுக்கு என்ன ஆகிவிட்டதோ என்று பாஸ்கரன் பதறுகிறான். எமர்ஜென்சி எழுத்துக்கள் பெரிது பெரிதாய் எழுதப்பட்ட பிளாக் உள்ளே..

அன்னத்தாயை ஸ்ட்ரெச்சரில் கொண்டு செல்கிறார்கள்.

செவிலியர் பரபரப்பாய் உள்ளும் வெளியும் போய்க் கொண்டிருக்கிறார்கள் ஒரு வயதான ஆயா மட்டும் கொஞ்சம் நின்று "கொஞ்சம் முன்னேயே கூட்டி வந்திருக்கலாமே" என சொல்ல

நீர்காத்த லிங்கம் முகத்தில் பயம். அவர் விரல்களைப் பிடித்துக்கொண்டு பாஸ்கரன் நிற்க சுவர் கடிகாரம் ஓடிக்கொண்டிருக்கிறது. ஒரு மணி நேரம் கடந்திருந்தது.

21

அன்னதாயை கூட்டி வந்த சிறுமலை டாக்டர் அம்மாவும் அரசு ஆஸ்பத்திரி டாக்டரம்மாவும் வெளியே வருகிறார்கள் நீர்காத்தலிங்கம் அவர்கள் முகம் பார்க்க

"மனச திடப்படுத்திக் கோப்பா உனக்கு பெண் குழந்தை பிறந்திருக்கு...எவ்வளவு முயற்சித்தும் தாயை காப்பாற்ற முடியுல" என்று சொல்ல.....

"அன்னத்தாயி" என பெருங்குரல் கொடுத்து கேவி அழுகிறான் நீர்காத்த லிங்கம். கண்களை கசக்கிக் கொண்டு, பாஸ்கரன் நிறுத்த முடியாத அழுகையுடனே தேம்பிக் கொண்டிருக்கிறான்

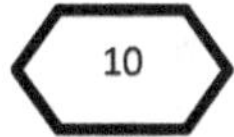


சில நாட்கள் கடந்திருக்க, நீர்காத்தலிங்கம் வீட்டில், கன்னத்தில் கை வைத்துக் கொண்டு நீர்காத்தலிங்கத்தின் அம்மா திண்ணையில் அமர்ந்திருக்கிறாள். தொட்டிலில் கிடந்த பெண் குழந்தை அழும் சத்தம் கேட்க எழுந்து சென்று குழந்தையை ஆட்டுகிறாள்.

அவளருகில் பாஸ்கரன்.

"வா பாஸ்கரா" என்று சொல்லிக்கொண்டே சிறுவனின் செருப்பை தூசி தட்டி தரையில் போடுகிறார் நீர்காத்தலிங்கம்.

நீர்காத்த லிங்கம் சைக்கிள் ஓட்ட முன்னால் அமர்ந்த பாஸ்கரன் பள்ளிக்கூடம் செல்கிறான் வயல்காடும், ஓடும் வாய்க்கால் தண்ணீரும் செத்துப்போன அவள் அக்கா முகத்தை அவன் கண் முன் கொண்டு வந்து நிலையாய்

நிறுத்தும். நெஞ்சை விட்டு அகலாத சோகமும் இறுகிய முகமும் நிரந்தரமாய் அவனோடு.

பத்து ஆண்டுகள் ஓடியிருக்க பாஸ்கரன் இப்போது பள்ளி இறுதியாண்டு...

பாஸ்கரன் பயிலும் பள்ளிக்கூடத்தில் அன்று ஸ்போர்ட்ஸ் டே மாணவ மாணவியர் உற்சாக நிலை. லாங் ஜம்ப், ஹைஜம்ப், ரன்னிங் ரேஸ் எல்லாவற்றிலும் ஜெயித்து கொண்டிருந்தான் பாஸ்கரன்.. திடீரென பக்கத்து மலை குன்றிலிருந்து வந்த குரங்கு ஒன்று ஒரு மாணவியின் சுடிதாரை தூக்கிக்கொண்டு ஒரே ஓட்டமாய் மலைக்குன்றில் ஏறிவிடுகிறது. ஸ்போர்ட்ஸ் டிரஸ்ஸுக்கு மாறும் போது அவள் கழற்றி வைத்திருந்த சுடிதார் அது.

அதைக் கண்ட பாஸ்கரன் ஒரே ஓட்டமாய் அந்த குன்றை நோக்கி ஓடுகிறான் வழுக்கும்... பாறையாய் உயர்ந்தெழுந்த குன்றின்மீது சரசரவென்று ஏறி, அதன் உச்சிக்கு அவன் செல்ல..

வியப்பாய் பார்க்கிறார்கள் ஆசிரியர்கள்.

தரையில் நடப்பது போல அவன் செங்குத்து மலையில் ஏற விக்கித்துப் நிற்கிறார்கள் அவர்கள்...

குரங்கு சுடிதாரை கீழே போட்டு விட்டு ஓடிவிட விழுந்து கிடந்த சுடிதாரை பாஸ்கரன் கையில் எடுத்துக் கொண்டு, ஏறியது போலவே சரசர வென இறங்கி வந்து கொடுக்க பிரமிப்பாய் பார்க்கிறார்கள் அவனை அவர்கள்.....

அவனின் உடன் பிறந்த இந்த அபூர்வத்திறன் அவன் வாழ்க்கையை புரட்டிப் போட்டு வெல்லமுடியாத விதியால் அவன் அல்லல் உறும் வாழ்க்கை வாழ்வான் என்பதை யாரும் அறிந்திருக்கவில்லை.....

23

நிலை குத்திய கண்களுடன் ஜெயிலுக்குள்ளே பாஸ்கரன் அமர்ந்திருக்க அவன் கண்முன்னே காட்சிகள் நீள்கிறது.

காரிடாரில் காவலர் பூட்ஸ் ஒலிகேட்டுக்கொண்டேயிருக்கிறது இப்போது பாஸ்கரன் கண்முன்னே அவன் பிறந்து வளர்ந்த மதுரை வாடிப்பட்டி கிராமம் கொஞ்சமான முன்னேற்றத்தோடு அவன் இப்போது இருபது வயது இளைஞனாய். ஒரு நாள் ஒரு கோயில் திருவிழா...

அதில் எ குலத்தொழிலான தப்பாட்டம் ஆடுகிறான். அவனின் அந்த திறனான ஆட்டம் கண்டு ஊரே அதிசயிக்கிறது.

திருவிழா முடிந்து அவன் வீடு திரும்புகிறான். தெரு ஜனம் கூடி அவனுக்கு ஆரத்தி எடுக்கிறார்கள். அந்த சந்தோஷ தருணத்திலே....

அவன் மாமா மகள் அமுதா மட்டும் சந்தோஷத்தில்கலந்து கொள்ளாது வீட்டின் உள்ளே பாட புத்தகங்களையும், பொது அறிவு புத்தகங்களையும் படித்துக்கொண்டிருக்கிறாள். ஐ.ஏ.எஸ், ஐ.பி.எஸ் ஆவது எப்படி என்னும் புத்தகம் அவள் கைகளில் அந்த சிறு வயதிலேயே....

பின் இரவு நேரம் எல்லாரும் தூங்கிக்கொண்டிருக்க அமுதாவின் வீட்டில் அமுதாவின் பாட்டி மரணமடைந்து விட்ட மருமகளும் அமுதாவின் அம்மாவுமான அன்ன தாயின் போட்டோவை பார்த்து புலம்பிக் கொண்டிருந்தாள்.

"இந்தப்புள்ள அமுதா கலெக்டர் ஆகணும், பெரிய போலீஸ் ஆகணும்னு படிப்பே குறிஞ்சு இருக்கு. இந்தப் பாஸ்கரன் பைய தப்பாட்டமே எம்மூச்சுன்னு ஆடிக்கிட்டே இருக்கான் வருஷம் பூராவும்...

இதுக ரெண்டையும் எப்படி கை புடிச்சு கொடுக்கபோறேன்."
"ஏண்டி அன்னத்தாய் என் ஆயுசில இது நடக்குமா".சின்ன ஜன்னல் வழியாக இந்த முனங்கலை கேட்டுக் கொண்டிருக்கிறான் அமுதா அப்பன் பீடியை புகைத்துக் கொண்டே..

"அதுக்கெல்லாம் ரொம்ப செலவாகுமே.... உன் மக டெல்லிக்குப் போய் படிக்க வையுங்குறாளேன்னு" என்று பழகுனவங்க சொன்னது ஞாபகத்துக்கு வருகிறது

கவலையான சிந்தனையுடன் முகட்டை பார்த்துக்கொண்டிருக்கிறான்.

உள் அறையில் அமுதா விடிய விடிய படித்துக்கொண்டிருக்கிறாள்.

கடிகாரம் முள் இரவு 3 மணி காண்பிக்கிறது. அமுதா படித்துக்கொண்டிருந்த ஐ.ஏ.எஸ், ஐ,பி,எஸ் ஆவது எப்படி எனும் புத்தகம் விரிந்த படியே அவள் நெஞ்சில் கிடக்கிறது.

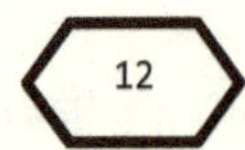


இரண்டு ஆண்டுகள் கடக்கின்றன....

அமுதா மேற்படிப்பிற்கு செல்ல கல்லூரியில் இடம் கிடைத்து, அந்த அட்மிஷன் ஆர்டர் தபாலில் வருகிறது அவள் அப்பாவுக்கு மகிழ்ச்சி ஒரு புறம்.. பணம் திரட்டி மதுரைக்கு அனுப்பவேண்டும் என்ற கவலை மறுபுறம்.

ஆத்தாவின் தண்டட்டியை அடகுவைத்து பணம்புரட்ட டவுனுக்குள் திரிகிறார். கொஞ்சம் பணம் கிடைக்கிறது. அது போதாது. அப்போது தற்செயலாக பாஸ்கரன் டவுனுக்கு வருகிறான்.

மாமா பணத்திற்கு திண்டாடுவது தெரிந்து

"எங்கிட்ட ஏன் மாமா கேட்கல நான் தப்பாட்டம் போகிற இடத்தில கிடைக்கிற காசு அமுதாவின் படிப்பிற்காக தானே சேர்த்து வச்சிருக்கேன்.

இந்தாங்க இத வச்சு அமுதாவை மதுரைக்கு அனுப்புங்க. அவ படிச்சி ஐ,ஏ.எஸ், ஐ.பி.எஸ் ஆகி வரட்டும்."

நெகிழ்ச்சியுடன் தன்னிடம் இருந்த பணத்தை கொடுக்கிறான்.

சில மாதங்கள் கடக்கிறது. பாஸ்கரனின் கல்லூரிப் படிப்பு முடிகிறது. கல்லூரியில் முதல் மார்க் அவன் தான். அதற்காக அவன் பாராட்டப்படுகிறான்.

"நீ மேலும் மேலும் படிச்சு பெரிய ஆளா வரணும்... உன் திட்டம் குறிக்கோள் என்ன," என்று விழா தலைவர் கேட்க

"நான் தப்பாட்டத்தில் பெரிய ஆளா வரணுங்கிறது தான் என் ஆசை " என்று பாஸ்கரன் சொல்கிறான்...

அதைக் கேட்டவர்கள் ஏளனமாய் கிண்டல் செய்கிறார்கள்...

கல்லூரி மைதானம்

பாஸ்கரன் ஒரு நல்ல நண்பனுடன் பேசிக் கொண்டிருக்கிறான். "நீ படிப்புல நல்ல கெட்டிக்காரன். தப்பாட்டம்னு போயி உன் வாழ்க்கைய கெடுத்துக் கிடாதன்னு" சொல்ல...

"நானும் படிக்கணும்னு போய்ட்டா அமுதாவின் மேல்படிப்புக்கு யாரு செலவழிப்பா. மாமா கிட்ட அவ்வளவு வசதி கிடையாதுல்ல" என்கிறான்.

&

டவுன்ல பாஸ்கரன் ரெண்டு மூணு துடுக்கான நண்பர்களுடன் பேசிக் கொண்டிருக்கிறான்...

மாமா மகள் அமுதா தனது தோழிகளுடன் நோட்டு ஓபாடப் புத்தகம் வாங்க கடைவீதிக்குள் திரிகிறாள்.

"டேய் உன் மாமா மகடா..." என்று ஒருவன் சொல்ல

"அவதான் இவனை கண்டுக்கிறதே இல்லையே...". என கேலி கிண்டல் பேசுகிறார்கள்.

எந்தகோப உணர்ச்சியையும் காட்டிக் கொள்ளாமல் அதை அவன் எடுத்துக்கொள்கிறான்...

"அவ       விருப்பம்       எப்படியோ...       அப்படியே...அவ இருந்துட்டுபோகட்டும்...

ஆனா என் அக்கா மகள்கிற பாசமும் உணர்வும் என் மனசுல எப்பவும் இருக்கும் என சொல்லி விடுகிறான்...

பக்கத்து கிராமத்தில் தப்பாட்டம் ஆடுகிறான். பணம் கொடுக்கிறார்கள் வாங்கி பத்திரப்படுத்திக் கொள்கிறான்.

மதுரையிலிருந்த ஒரு பெண்கள் கல்லூரியில் சேர்கிறாள் அமுதா. வாடிப்பட்டியிலிருந்து பஸ்ஸில் போய் வருகிறாள். படிப்பிற்கான பணத்தை பாஸ்கரன் தப்பாட்டம் ஆடி சம்பாதித்து கொடுக்கிறான். ஒரு நாள் அவன் பணத்தை எண்ணிக்கொண்டிருக்க தனக்கென எதுவும் சேர்த்து வைக்காமல் முழுவதையும் அக்கா மகள் படிப்பிற்காக செலவழிக்கிரானே என உணர்ச்சியுடன் அவன் மாமா பார்த்துக்கொண்டிருக்கிறார்.

மதுரை டவுன் ஏரியா..

ஒரு புத்தக கடை...

பாஸ்கரன் ஐ.ஏ.எஸ் ,ஐ.பி.எஸ் முதலான சிவில் சர்வீஸ் தேர்விற்கான புத்தகங்களை வாங்கிக் கொண்டிருக்கிறான். நான்கு ஐந்து இளைஞர்கள் அவன் அந்த புத்தகத்தை செலக்ஷன் பண்ணிக்கொண்டிருப்பதை பார்த்து, கிராமத்தான் அதுவும் படிப்பறிவில்லாதவன் போல் மொக்கையா இருக்கானே, இவனுக்கு எதுக்கு இதெல்லாம் என்பது போல் ஏளனமாக அவனை பார்த்து கிண்டல் அடிக்கிறார்கள்.

அவன் கோபப்படாமல் " நான் சில கேள்விகள் கேட்கிறேன் உங்களால் பதில் சொல்ல முடியுமா..?" என சுத்தமான ஆங்கிலத்தில் கேட்க அவர்கள் மிரள்கிறார்கள்.

விவேகானந்தரைப் பற்றி தெரியுமா?
அவரை அமெரிக்கா அனுப்பி வைத்தது யார்?
அவர் அங்கு சொற்பொழிவு ஆற்றியது எந்த இடம்?
அந்த சொற்பொழிவை அவர் எப்படி துவங்கினார்?
அங்குள்ளவர்களை அவர் எப்படி அழைத்தார்?
என அடுக்கடுக்காய் அங்குள்ளவர்களிடம் ஆங்கிலத்தில் கேட்க கிண்டல் செய்தவர்கள் இடத்தை காலி செய்து ஓட்டம் எடுக்கிறார்கள்.

&

அமுதா பயிலும் கல்லூரி வராண்டாவில் சில தோழிகளுடன் அமுதா நடந்து வந்து கொண்டிருக்கிறாள்.

நேர் எதிரே சிவில் சர்வீஸ் தேர்வு புத்தகங்களுடன் பாஸ்கரன் வருகிறான். தூரத்தில் அவன் வருவதைப் பார்த்த தோழிகள் "ஏய் உன் மாமன் வர்றாண்டி." என கிண்டலாக சொல்ல அவள் முகத்தில் கோபம் தெரிகிறது. அந்தக் கோபத்துடனே அவனிடம் வந்தவள் "யார் உன்னை இங்கெல்லாம் வர சொன்னது" என அவன் மீது எரிந்து விழுகிறாள். வேண்டாவெறுப்புடன் புத்தகங்களை வாங்கிக்கொண்டு விறுவிறுவென செல்கிறாள். அடுத்த ஆண்டு அமுதா கல்லூரி படிப்பு முடிகிறது.

மதுரை நகரம். சிவில் சர்வீஸ் அகாடமியிலிருந்து சிறந்த மாணவர்களுக்கு அறிவுரை வழங்க ஒரு பெரிய மீட்டிங் நடத்துகிறார்கள்.

"சிவில் சர்வீஸில் தேர்ச்சி பெற டெல்லிக்கு சென்று தான் கோச்சிங் சேர வேண்டும் என்ற அவசியம் இல்லை.

ஆர்வமும், திறமையும் உள்ள மாணவர்கள் இங்கு மதுரையிலேயே சேர்ந்து பயிற்சி பெற்று தேர்வில் வெற்றி பெறலாம் என உரை நிகழ்த்துகிறார்கள். அதில் கலந்து கொண்ட அமுதா சில தினங்களில் அப்படியொரு கோச்சிங் சென்டரில் சேர்கிறாள்.

அவள் தந்தை அவளை சேர்த்து விட்டபின் அவள் வெற்றிக்காக மதுரை பாண்டி கோவில் சென்று மனமுருகி பாண்டி முனியை வணங்கி வருகிறார்.

இரண்டு ஆண்டுகள் கடுமையான முயற்சியுடன் சிவில் சர்வீஸ் தேர்வினை எழுதுகிறாள். தேர்வு முடிவு வெளியாகிறது. நல்ல ரேங்கில் அமுதா தேர்வு செய்யப்படுகிறாள். ஐ.பி.எஸ் கிடைக்கிறது.

ஊரே இந்த சந்தோஷத்தை கொண்டாடுகிறது.. மாவட்ட எஸ்.பி கிராமத்திற்கு வந்து பாராட்டு தெரிவிக்கிறார். ஊரே அதிசயமாய் பார்க்கிறது.

டவுனுக்குள் எஸ்.ஐ, இன்ஸ்பெக்டர் ரேங்க் அதிகாரிகள் கூட அமுதா தந்தையைப் பார்த்து மரியாதை கொடுக்கிறார்கள்.

அமுதாவை ஹைதராபாத்துக்கு பயிற்சி அதிகாரியாக அனுப்பும் நாள் நெருங்குகிறது. பாஸ்கரன் தனது மாமாவிடம் பணத்திற்காக கவலைப்பட வேண்டாம் என்று கூறுகிறான்.

நிலக்கோட்டை பக்கம் பாண்டியூர்ஜு ஒரு மலை அடிவார கிராமம். கொஞ்சம் கரைச்சல் பிடிச்ச ஊர். இருந்தும் அங்கு

29

திருவிழாவில் தப்பாட்டம் ஆட சென்றால் கணிசமான தொகை கிடைக்கும் என்பதால் தன்மானத்தை விட்டு, அந்த கிராம தலைவரிடம் போய் கெஞ்சிக் கேட்டு தப்பாட்டம் ஆட வாய்ப்பு பெறுகிறான்.

அட்வான்ஸ் ஆக கிடைத்த பணத்தை மாமாவிடம் கொடுக்கிறான்.

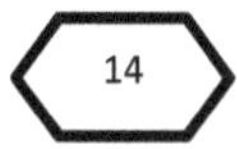



அமுதா ஹைதராபாத் புறப்பட்டு செல்லும் நாள்.

சொந்தங்களிடமும், தோழிகளிடமும், தான் படித்த கல்லூரி கோச்சிங் சென்டர் ஆசிரியர்களிடமும் மகிழ்ச்சியாக சொல்லி புறப்படுகிறாள்.

பாஸ்கரினிடம் சிரத்தையாய் சொல்லிக் கொள்ளவில்லை. அவன் நெருங்கி நெருங்கி வர உதாசினமாய் அவனைப் பார்த்துவிட்டு ட்ரெயின் ஏறி விடுகிறாள்.

ஹைதராபாத் ஐ.பி.எஸ் ஆபிசர் ட்ரைனிங் சென்டர். அமுதா போலவே ஐ.பி.எஸ் செலக்ட் ஆகி ட்ரெய்னிங் சேர வந்திருக்கிறான் வடமாநில இளைஞன் ஒருவன் அவன் பெயர் பிரதீப்.

ஒருவருக்கொருவர் அறிமுகமாகும் போதே அவர்களுக்கிடையே பரஸ்பரம் பிடித்துக்கொள்ள முதலில் இருவரும் நண்பர்களாகிறார்கள். அவர்களிடையே பிடித்தமும், பழக்கமும் நெருங்கிக்கொண்டே வருகிறது.

ஐ.பி.எஸ் பயிற்சியாளர்கள் ஒரு டூர் செல்கிறார்கள். சாப்பிடும் இடம் பர்ச்சேஸ் செய்யும் இடம் என இருவரும் சேர்ந்து இருக்கும் தருணங்கள் கூடிக்கொண்டே செல்கிறது.

டூர் சுற்றும் இடத்தில் ஒரு பெரிய ஏரி ஒன்று இருக்க ட்ரெய்னிங் ஆபிஸர்ஸ் செட், செட்டாக படகுப்பயணம் செல்கிறார்கள். பிரதீப்புடன் அமுதாவும் ஒரு படகில் அமர்ந்து மகிழ்ச்சியாய் சுற்றிக் கொண்டிருக்க ஒரு பாறையில் தட்டிய படகு ஆட்டம் காண்பிக்கிறது.

பிரதீப் நிலை தடுமாறி கவிழ்ந்து ஏரியில் விழுகிறான். உயிரை துச்சமென நினைத்து ஏரியில் விழுந்து சரிவர நீந்தத் தெரியாது தத்தளித்த பிரதீப்பைக் காப்பாற்றி அவனை கரை சேர்க்கிறாள். தன் உயிரை காப்பாற்றிய அமுதா மீது ஆழ்ந்த காதல் கொள்ள அந்தக்காதலை சந்தோஷமாக ஏற்றுக் கொள்கிறாள். அந்தக் காதல் தீவிரமாக வளர்கிறது. நீ இன்றி நான் இல்லை என்னும் அளவிற்கு.

பிரதீப் அமுதாவிற்கு நிறைய உதவிகள் செய்கிறான். அவள் அப்பாவிடமிருந்து பணம் வர தாமதமாகும் தருணங்களில் அவள் கஷ்டப்படாதிருக்க அவளுக்கு பண உதவியும் செய்கிறான்.

பணம் வந்ததும் அதை சரியாய் திருப்பி கொடுத்து அவள் கௌரவத்தை காப்பாற்றிக்கொள்ள,

அவளின் இந்த நற்குணத்தை அவன் பெரிதாய் மதித்து என் அன்புக்குரியவள் இப்படியொரு குணவதியா, அவள் எனக்கு கிடைத்த வரம் போலும் என அவன் பெரும் மகிழ்வு கொள்கிறான்.

மதுரை ரெயில்வே ஐங்ஷன். தன்னுடன் பள்ளியில் படித்த ஒரு மாணவியை காண பாஸ்கரன் வந்திருக்கிறான். இருவரும் சந்தித்து பேசிக்கொண்டிருக்கிறார்கள்.

அவள் பெயர் மாலதி. ஊர் மதுரை.

அவள் ஹைதராபாத்தில் பணிபுரியும் ஒரு சாஃப்ட்வேர் பொறியாளரை மணமுடித்து அங்கே வாழ்பவள்.

பாஸ்கரன் குடும்பத்தை நன்கு அறிந்தவள். அவள் உறவினர் ஒருவர் ஐ.பி.எஸ் ட்ரைனிங் சென்டரில் உயர் பதவியில் இருப்பவர். அதனால் மாலதிக்கு அமுதாவை சந்தித்துக்கொள்ளும் வாய்ப்பு உண்டு.

ஒரிருமுறை ஹைதராபாத்தில் அமுதாவை ஒரு ஓட்டலில் அவளின் காதலனுடன் பார்த்துவிடுகிறாள். அவர்களின் நெருக்கம் உறவினரின் மூலம் அறிய நேர அமுதாவின் காதலன் பிரதீப் பற்றியும் விசாரித்து அறிந்து கொள்கிறாள்.

காதலன் பிரதீப்பின் தந்தை ஒரு லீடிங் மருத்துவர் மற்றும் மருத்துவ ஆராய்ச்சியில் இருக்கும் ஒரு புகழ்பெற்ற மருத்துவர் என்பதையும் அறிந்து விடுகிறாள். பாஸ்கரன் அவ்வப்போது மாலதிக்கு போன் செய்து மாமா மகள் அமுதா பற்றி ஆதங்கமாய், விசாரித்துக்கொள்ள அமுதாவின் காதலை அறிந்த மாலதி பாவம் இவன் இவ்வளவு அக்கறைகொள்கிறான். அவளோ இவனை நினைக்கும் நிலையிலேயே இல்லை என பரிதாபம் கொள்வாள்.

இப்போது பாஸ்கரன் மாலதியிடம் என் மாமாமகள் நல்லா இருக்கிறாளா என அக்கறையாய் விசாரித்துக்கொள்ள

முதல் முதலாய் அவள் காதலைப்பற்றி பாஸ்கரனிடம் அவள் கூறுகிறாள். அவன் அதிர்ச்சி கொள்கிறான். மாமாவுக்கு இது தெரிந்தால் கவலை கொள்வார் என்று கவலைப்படுகிறான். அவளிடம், நல்ல விசாரிச்சுட்டு சொல்லு மாலதி என்று கெஞ்சலாகசொல்லி விடை பெறுகிறான்.

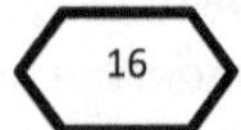

16

ஹைதராபாத் ஒரு கிளப் வி.ஐ.பி களுக்கானது. பிரதீப்பின் தந்தை தன் நண்பர்களோடு டிரிங் பண்ணிக் கொண்டே அரட்டை அடித்துக் கொண்டிருக்கிறார்.

ஒரு நண்பர் சொல்கிறார் டாக்டரிடம் "உன் மகனும் உன்னை மாதிரியே பா"

"என்னை மாதிரி புத்திசாலியா" என டாக்டர் கேட்க

"சுயர் சுயர் ஆனால் நான் சொல்ல வந்தது அது இல்லை சின்ன வயசுல நீ இருந்த மாதிரி பொண்ணுங்க விஷயத்துல கிங்கின்னு சொல்ல வரேன்." இப்படி சொல்லிக்கொண்டே மற்றவர்களைப் பார்த்து கண் சிமிட்ட "நோ....நோ அவங்க அம்மா மாதிரியே பத்தரை மாத்து தங்கம்" என்கிறார் பிரதீப்பின் தந்தை.

"நீ நம்ப மாட்டேன்னு தான் ஆதாரத்தோடு சொல்றேன் அதுவும் விஷயத்தை உன் காதுல போட்டா நீயும் முடிவு எடுக்க வாய்ப்பா இருக்கும் என சொல்லி தன் செல்போனில் இருந்த வீடியோவை காண்பிக்கிறார்.

வீடியோவில் விலை உயர்ந்த பைக்கில் பிரதீப். பின்னால் அவனைப் பற்றிக் கொண்டு அமுதா.

33

வீடியோவை பார்த்து சற்றே முகம் மாறிய பிரதீப்பின் தந்தை ஒரு நாள் இல்ல ரெண்டு நாள் இல்ல அடிக்கடி ரோட்டில்... பயணம். நானும் நல்லா யோசிச்சு தான் காரில் பாலோவ் பண்ணி இதை உனக்கு காண்பிக்கிறேன். புகழ் பெற்ற டாக்டர் நீ உன் மருத்துவ ஆராய்ச்சி பி.எம் வரைக்கும் தெரியும்...

அவசரப்பட்டு அவன் ஒரு பொண்ணை காதலிச்சு உன் ஸ்டேட்டஸ் நொறுங்கி போய்விடக்கூடாது பாரு அதான்.

அவர் சொல்ல சொல்ல முகம் வியர்க்கிறது சந்திரகாந்த்-க்கு.

நண்பர்கள் விடைபெற காரில் செல்ப் டிரைவிங்கில் வீடு திரும்பிக் கொண்டிருக்கும் அவருக்கு அவர் செவிகளில் நண்பர் கூறிய ஸ்டேட்டஸ் விஷயம் விஷமாய் ஒலித்துக் கொண்டிருக்கிறது

சந்திரகாந்த் தன் மகனின் நடவடிக்கையை ஆராய ஆரம்பிக்கிறார். ஓரிரு மாத கால ஓட்டத்தில் அவனின் காதல் தீர்க்கமாய் தெரிகிறது. அவனின் டைரியை ஒருநாள் எடுத்து படிக்கிறார். அவனின் ஆழமான காதல் அதில் வேரூன்றி நிற்க தன் மனைவியிடம் தான் அறிந்தவற்றையெல்லாம் சொல்கிறார்.

அந்த நல்ல மனுஷியோ "நம் மகன் எதை தேர்ந்தெடுத்தாலும் அது தரமாய் தான் இருக்கும். அவன் மனசுக்கு பிடித்திருந்தால் சரிதான் "

என சொல்லிவிட அவளின் பதிலில் அதிர்ச்சி கொள்கிறார் சந்திரகாந்த். தன் தொழில் பாட்னர் தமிழ் நாட்டுக் காரர் ஒருவரை தொடர்பு கொள்கிறார்.

அந்தப்பெண்ணின் பூர்வீகம் குடும்பநிலை அனைத்து தகவல்களையும் உடனடியாக தனக்கு வேண்டும் எனக் கேட்கிறார்.

அந்தப் பாட்னரும் அனைத்து தகவல்களையும் இரண்டு தினங்களில் சேகரித்து கொடுக்கிறார்.

"இந்த ஊர் இந்த இடம்" எனச்சொல்லி குடும்பம் ஒரு பரம ஏழை குடும்பம் அன்றாடம் காய்ச்சி எனச்சொல்ல இந்த உண்மைகள் அவரை துடிக்கச் செய்கிறது.

அதற்குப்பின் அவர் தீட்டிய திட்டங்கள் நஞ்சினும் கொடியது.

நடு இரவு டாக்டர் சந்திரகாந்த் வீடு மதுபானம் செல்ப் உள்ள அறை. நிறைய மதுபானம் வகை வகையாய். தூக்கம் இன்றி நிறைய மது குடித்திருக்கிறார் மருத்துவர் சந்திரகாந்த்.

மகனின் காதலை முறிப்பதற்கு கடந்த சில தினங்களாய் அவர் தீட்டிய நயவஞ்சக திட்டங்களுக்கு இன்று முழுவடிவம் கொடுக்கிறார்.

தனது மருத்துவ அறிவை அந்த சதிக்கு பயன்படுத்தி இருவரையும் பிரித்து விட திட்டம் தயார் இன்று அவரிடம்....

மறுதினம் தன் மனைவியிடம் சொல்கிறார்.

"நம் மகன் ரொம்ப நல்லவன். தன் காதலை அவனாக நம்மிடம் சொல்லமாட்டான்.... இனி நாமும் தாமதபடுத்தக் கூடாது. அவனுக்கு நான் பெண் தேட ஆரம்பித்துவிட்டேன் என அவனிடம் சொல்லு..

உன்மேல் தான் அவனுக்கு ரொம்ப பாசம். தன் காதலை அவன் உன்னிடம் சொல்வான்.. நீயே... அப்பாவிடம் சொல் என நீ சொல்லு- மற்றதை நான் பார்த்து கொள்கிறேன், என சொல்கிறார்.

35

இது அப்படியே நடக்கிறது.

"உன் விருப்பம் பிரதீப் என காதலுக்கு பச்சைக்கொடி காட்டி தன் சதி திட்டத்தின் முதல் காய் நகர்த்தலை செய்கிறார்.

மகனிடம் நாம் ஒரு சுற்றுலா செல்வோம் என்றார். அமுதாவும் வரட்டுமே.... இன்னும் ஐந்து தினங்கள் விடுமுறை தானே.... என சொல்ல பெரும் மகிழ்வு கொள்கிறான் பிரதீப்.

காஷ்மீர் சுற்றுலாத்தளம்...

மருத்துவர் சந்திரகாந்த் அங்குள்ள தனக்கு சொந்தமான ரிசார்ட் சென்றடைய, அங்கு அவரது பணியாட்கள் வரவேற்கிறார்கள்.

தனது மருத்துவ யூனிட்டிலிருந்து குக் ஒருவன் அங்கிருக்க "ஆஹா இனி ஐந்து தினங்களும் வாய்க்கு ருசியாய் விதம் விதமாய் சாப்பாடு கிடைக்கும், தனக்கும் நல்ல ஓய்வு தான்" என மருத்துவரின் மனைவி மகிழ்வு கொள்கிறாள்.

அந்த குக் பல ஆண்டுகளாய் மருத்துவரிடம் பணிபுரியும் குக். அவருக்கு அவன் தலை ஆட்டி பொம்மை. அவர் சொல்லே வேதவாக்கு அவனுக்கு. மனதெல்லாம் வில்லத்தனம்..... ஆனால் முகத்தில் தெரியாது.

ரிசார்ட்டின் பின்புற தோட்டத்தில் அனைவரும் மகிழ்வாய் பேசிக்கொண்டிருக்கிறார்கள். "சமையல் காரன் ஒரு மடையன். நாம் ஒண்ணு சொன்னால் அவன் ஒண்ணு செய்வான். நீங்கள் பேசிக்கொண்டிருங்கள்- நான் அவன் மண்டையில் ஏறுர மாதிரி சொல்லி விட்டு வருகிறேன் என சந்திரகாந்த் கிச்சன் செல்கிறார். "அமுதா அருந்தும் தண்ணீரில், ஜூஸ்ஸில், குடிக்கும் பாலில் இதை கலந்து கொடு" என அந்த குக்குக்கு சொல்லித் தருகிறார்.. விளைவு..,

மறுநாள் அவளுக்கு ஜூரம். இரு தினங்களில் கடுமையான ஜூரம் நாளுக்கு நாள் டெம்ப்ரேச்சர் கூடுகிறது. படுக்கையில் விழுந்த நிலை. அவர் மனம் மகிழ்கிறது திட்டத்தின் வெற்றியை நுகர்கிறார். ஒரேயடியாய் ஒரு ஊசியில் கொன்று விடுவது எளிதுதான், மரணத்தில் சந்தேகம் என்று வந்துவிட்டால் புதைத்த பின் கூட தோண்டுவார்களே சோதனையில் பிடிபட்டு விடுவோமே..... அப்புறம் சட்டத்திற்கு பதில்சொல்ல வேண்டுமே.....

மகன் விபரீத முடிவு எடுத்துவிட்டால்- எல்லாவற்றிற்கும் மேலாய் தனது ஸ்டேட்டஸ் தவிடு பொடியாகுமே. ஸோ உயிர் போகக்கூடாது ஆனால் நடைபிணம் ஆகணும் அதற்கு இதுதான் சரி... மனம் எக்காளம் இடுகிறது.

ஒருநாள் பாண்டியூர் திருவிழா நாள். திருவிழாவில் பாஸ்கரன் தப்பு ஆடுகிறான் பேசிய படி நல்ல சன்மானம் கிடைக்கிறது. கோயில் திருவிழா முடிந்து ஊர் ஜனம் களைந்து விட்டது... இந்த நேரம் பணத்துடன் ஊர் திரும்புவது நல்லதல்ல.... என முடிவெடுத்த பாஸ்கரன் கோயில் வெளியே, மதிற்சுவரை ஒட்டிய பக்தர்கள் அமரும் இடத்தில் துண்டை விரித்து படுத்துவிடுகிறான்.

யாருமில்லா நிசப்தம். தூரத்தில் எரிந்து கொண்டிருந்த, தெரு விளக்கு திடீரென அமர்ந்து விட, தூக்கமின்றி புரண்டு கொண்டிருந்த பாஸ்கரன் செவிகளில் யாரோ இரண்டு மூன்று பேர் கோவில் மதிற்சுவர் ஏறி கோவில் உள் இறங்க எத்தனிப்பது தெரிகிறது. சில நொடிகளிலேயே கோயில் உள் இறங்கி விடுகிறார்கள். யாரோ கொள்ளையர்கள் என்பதை யூகித்து விடுகிறான் பாஸ்கரன்.

ஊர் வெளியே அமைந்திருக்கும் காட்டுக்கோயில் ஆயிற்றே இது உடன் யாரையும் அழைக்கும் வாய்ப்பும் இல்லை. சரசரவென மதிற்சுவர் ஏறி உள் இறங்குகிறான் பாஸ்கரன். அதுதான் அவனுக்கு கைவந்த கலை ஆயிற்றே... விலை உயர்ந்த தண்டாயுதபாணி சிலை இருக்கும். சன்னதி கதவை கள்ளச் சாவி போட்டு திறக்க திருடர்கள் முயல்கிறார்கள்.

அவர்கள் மூவர். மூவருமே முகம் தெரியா வண்ணம் முகமூடி போட்டிருக்க அவர்களின் நோக்கம் விலை உயர்ந்த சிலையை திருடி செல்வதுதான்.... என்பது தெரிய அதிர்ச்சியுறுகிறான் பாஸ்கரன்...

அவர்களை தாக்க துணிகிறான்... சண்டை, மூள்கிறது. இடுப்பில் மறைத்து வைத்திருந்த ஆயுதங்களை அவர்கள் எடுத்து கொலை வெறி தாக்குதல் தொடுக்கிறார்கள்.

இவன் முகத்தில் பேட்டரி ஒளிபாய்ச்சி கண் மங்க செய்கிறார்கள். எதிர் தாக்குதல் கொடுத்து பேட்டரியை கீழ் விழச்செய்கிறான் ஒருவனின் முகமூடியை கிழித்து அவன் முகம் பார்த்து விடுகிறான். முகம் பார்த்தவனை கொலை செய்ய முடிவு கொள்கிறார்கள் கொள்ளையர். இவர்களை உள் வைத்து பூட்டி ஊர் அறியச்செய்ய வேண்டும் என முடிவு கொண்டவன், ஆலயமணியை ஒலிக்கச் செய்துவிட்டு நொடியினில் பெரியமதில் சுவர் மீது சரசரவென ஏறுகிறான்.

இவன் ஏறிய லாவகம் கண்டு அதிர்ச்சி கொள்கிறார்கள் கொள்ளையர். அவன் கோயில் வெளியே குதித்து பிரதான கதவு அருகே வர, கொள்ளையரோ அதற்கு முன் பிரதான கதவை திறந்து வெளியேறுகிறார்கள் இனி சிலை திருடுவதல்ல அவர்கள் நோக்கம்

முகம் பார்த்தவனை கொன்றுவிட வேண்டும். வெறி கொண்டு அவனை துரத்த, மலைப்பாங்கான அந்தப் பகுதியை ஒவ்வொரு குன்றின்......

மீது அசால்ட்டாய் ஏறி ஓடி தப்பிக்கிறான் பாஸ்கரன்

அவன் குன்றின் மீது ஏறுவதை பார்த்தவர்களுக்கு அதிர்ச்சியுடனே மிரட்சி. எந்தப் பிடியும் இல்லாத வழுக்கும். பாறையில் இப்படி ஒருவன் ஏறமுடியுமா....

புதர்காட்டுக்குள் வந்தடைகிறார்கள் கொள்ளையர்.

"இனி நமது அடுத்த வேளை அவனை பிடிப்பது தான". தலைவன் சொல்கிறான்.

"அவன் கதை முடிக்க வேண்டும்."இது மற்ற இருவர் குரல்.

"இல்ல:" தலைவன் இப்படி சொல்ல. அவன் முகம் பார்க்கிறார்கள், இருவரும். புத்தூர் மலை மேல சக்தி கோயிலின் அம்மன் சிலையை கொள்ளை அடிக்க பலமுறை முயன்று தோல்வி தான், நமக்கு. யாராலும் ஏற முடியாத மொட்ட மலையில், அந்த கோவில். மலையேறும் காட்டு பாதையில் பாதுகாப்பு அதிகம்.

ஒரே வழி மலை ஏறுவது தான்.. வெவ்வேறு சிலை திருட்டு கும்பல்கள் ஏற முயன்று, கீழே விழுந்து செத்தது தான் மிச்சம். இவன் திறமை அதீது. இவனால் அந்த மலை ஏற முடியும். இவனை கண்டு பிடிப்போம்.. இவனை வழிக்கு கொண்டு வருவோம்..மலையேறி இவன் ஜெயிப்பான் சிலையை கைப்பற்றி நாம் ஜெயிப்போம் - அந்த சிலை கிடைத்தால் பின் நாம் இந்த தொழிலையே விட்டு விடலாம். அந்த சிலை அவ்வளவு அபூர்வமானது அவ்வளவு விலைமதிப்பற்றது.. தலைவன் சொல்ல சொல்ல கேட்டுக் கொண்டிருந்த இருவர் முகங்களிலும் அத்தனை பளிச்.. மனதோ கோரம் கொண்டது.

கோவில் திருவிழா சென்றவன் வீடு திரும்ப வில்லையேயென கிழவி, மாமா கலக்கம் கொள்கிறார்கள்.

நடு இரவில் அவன் வீடு வந்து சேர நிம்மதி கொள்கிறார்கள் ஆனால் அவனோ நடந்ததை எண்ணி அடுத்து என்ன

நேருமோ என தூக்கமின்றி இருக்கிறான் எதையும் எதிர் கொள்ள அவன் திடமனது தயாராகிக்கொள்கிறது.

வீச்சரிவாளை தல மாட்டில் வைத்து படுத்துக் கொள்கிறான். எவனும் வந்தால் போட்டுத் தள்ளிருவோம் எனும் திட்டம் அவனிடத்தில் ஆனால் நடந்ததோ வேறு.

ராத்திரியில் ஆலயமணி ஓசை கேட்ட பாண்டியூர் ஊர்மக்கள் என்ன இந்த நேரம் கோவில் மணி ஓசை என அதிர்ச்சி கொள்கிறார்கள்.

ஏதோ விபரீதம் என ஊரே திரண்டு கோவிலில் கூடுகிறார்கள். பிரதான கதவு திறந்து கிடக்க, கொள்ளை முயற்சி தெரிய வருகிறது அவர்களுக்கு

எல்லாம் பத்திரமாய் இருக்கிறது வேறு எந்த அசம்பாவிதமும் கண்ணுக்கு தெரியவில்லை.

மதிற்சுவரில் செங்குத்தாய் ஏறிய கால் தடம் தெரிய இந்த சுத்து வட்டாரத்தல வாடிப்பட்டி கிராமத்து தப்பாட்ட பாஸ்கரன் ஒருவன் தான் இப்படி ஏற முடியும். கோயில் உள்நுழைந்தது அவன் தான் என முடிவு கொள்கிறார்கள். தப்பு ஆட கெஞ்சி வந்தது இதுக்காகத்தான் என்ற சந்தேகம் வலுக்கிறது. இரவோடு இரவாக பாஸ்கரனை தூக்கிச் செல்ல வாடிப்பட்டிக்கு அவர்கள் நுழைய மோதல் பெரிதாகிறது.

இருபக்கமும் நூற்றுக்கு மேல் அரிவாள்கள், வேல் கம்பு, ஏனைய ஆயுதங்கள், வீடுகளில் தீவைப்பு, யாரோ ஒருவன் காவல்துறையை தொடர்பு கொள்ள காவல் கண்காணிப்பாளர் செல் அலர்கிறது. நிமிடங்களில் போலீஸ் படை ஊருக்குள் நுழைகிறது. அதன்பின் புலனாய்வு விசாரனை. பாஸ்கரனை கைது செய்யனும்னு பாண்டியூர் கிராம மக்கள் சொல்ல.....

தீர விசாரிக்காமல் கைது பண்ணவிடமாட்டோம் என வாடிப்பட்டி மக்கள் சொல்ல... விடிந்தும் விடியாததுமாய்

மாவட்ட ஆட்சியர் ஓடி வருகிறார். நடந்ததை சொல்கிறான் பாஸ்கரன்.:

கொள்ளையர்களால் சி.சி.டிவி. உடைக்கப்பட்டிருந்ததால் நடந்தது என்ன என்பதற்கு ஆதாரம் இல்லா நிலை. ஒரு பதினாறு வயது புத்திசாலி பெண் மாவட்ட ஆட்சித் தலைவரை நெருங்கிவர லேடி மாவட்ட ஆட்சித்தலைவர் புதிராய் பார்க்கிறார் அந்த பெண்ணை "சுவரில் இருந்த கால் தடத்தை வைத்து பாஸ்கரன் மாமா மீது குற்றம் சொல்றாங்களே. ஆலயமணி ஓசை கேட்டுத் தானே அந்த கிராமத்து ஜனங்க கோயிலுக்கு போனாங்க அதை அடிச்சது யார் காவல் கண்காணிப்பாளருக்கு பொறி தட்ட, சில மணி நேரத்தில் ஆலயமணி செயினில் பதிந்திருக்கும் கைரேகையை பாஸ்கரன் கைரேகையுடன் சரி பார்க்க ஆலயமணியை அடித்தது பாஸ்கரன் தான் என்பது தெரிகிறது.

நீ அந்த கொள்ளையனின் முகம் பார்த்திருக்க மீண்டும் ஒரு முறை பார்க்க நேர்ந்தால்.. உடனே போலீஸ்க்கு சொல்ல வேண்டும் என்ற நிபந்தனை விதிக்கிறார்கள் அதுபோல் கொள்ளையன் உன் முகத்தை பார்த்திருக்கிறான். அதனால் உன் உயிருக்கு ஆபத்து நேரலாம் ஜாக்குறதை என சொல்லி செல்கிறார்கள் அந்த பெண்ணை ஊரே மெச்சுகிறது.

19

காஷ்மீரில் சந்திரகாந்தின் ரிசார்ட்...

ஒரே வாரத்தில் அமுதாவின் உடல் நிலை மிகவும் சீர் கெடுகிறது. ஜூரம் கடுமையாகி உடல் தூக்கி தூக்கிபோட்டது.

41

அமுதா மனம் வருந்த.. டாக்டர் மனம் மகிழ, மேலும் ஒரு மாதத்தில் பிழைப்பாளா எனும் நிலை. "இனி நாம் இங்கிருப்பதில் எந்தப் பயனும் இல்லை. சுற்றுலாவை முடித்துக் கொள்வோம்..

அமுதா உயிர் முக்கியம் என நாடகமாடுகிறார் டாக்டர்..

டாக்டர் குடும்பம், ஐதராபாத் தன் பங்களாவுக்கு திரும்புகிறார்கள். "அமுதாவை குணப்படுத்த வேண்டும். இந்த நிலையில் ஹாஸ்டலில் எப்படி போய் இருக்க முடியும். ஸ்பெஷல் பர்மிஷன் வாங்குகிறேன். நம் வீட்டிலயே இருக்கட்டும்" இது மருத்துவரின் அடுத்த திட்டம்... தொடர்கிறார் தன் பாணியில் தவறான வைத்தியத்தை.

விளைவு - சுருட்டிய பாய்போல் ஆகிறாள் அமுதா. முடி கொட்டி விட்டது கேட்கும் திறன் வெகுவாய் குறைந்து விட்டது

எதுவும் சரிவர நினைவு இருப்பதில்லை.

பிரதீப் புழுவாய் துடிக்கிறான். காதலி நிலை கண்டு. தந்தையை கெஞ்சுகிறான் அவளை குணப்படுத்த..

அவரோ நாடகத்தை தொடர்ந்து நடத்துகிறார். இன்னும் சில தினங்களில் அவளை ஊருக்கு அனுப்பி விடலாம். பின் தொடர்பில்லாமல் செய்துவிடலாம் ஒரு கட்டத்தில் மகன் அவளை மறந்து விடுவான். இப்படி டாக்டரின் கயமை உள்ளத்தில் படிப்படியாய் திட்டங்கள்.

அங்கே சிலை திருட்டு கும்பல் தலைவன் யாருக்கோ போனில் பேசுகிறான் - அன்று நடந்ததை சொல்கிறான். இரண்டு மாதம் டைம் கொடுங்கள். அவனை கண்டு பிடித்து இதைவிட அரிதான புத்தூர் அம்மன் சிலையை உங்கள் முன் கொண்டு வந்து வைக்கிறேன் என்கிறான்..

"செய் அப்படியே செய்" உத்தரவு இடப்படுகிறது..

பாஸ்கரன் தோழி மாலதியிடமிருந்து பாஸ்கரனுக்கு ஒரு நாள் போன் வருகிறது. "உங்களுக்கு ஒன்றுமே தெரியாதா?

அமுதா உடல் நலம் ரொம்ப சீர்கெட்டு விட்டது. தனது ஊருக்கு செல்ல வேண்டுமென்று அரை நினைவில், புலம்புகிறாளாம். நாளை ட்ரெய்னிங் சென்டரிலிருந்து அவளை அழைத்துக் கொண்டு வந்து உங்க வீட்டில் ஒப்படைக்கப் போகிறார்களாம்."

இதைக்கேட்ட பாஸ்கரனுக்கு பெரும் அதிர்ச்சி மூன்று மாதங்களாய் எந்த தகவலும் அவளிடமிருந்து அவள் அப்பாவுக்கு வராதது இதனால் தானா?. கண்ணீர் விடுகிறான்.

இதை தன் மாமாவிடம் சொல்ல அவர் பயத்துடன் கலங்கி நிற்கிறார்.

அடுத்த வாரமே ட்ரெய்னிங் சென்டரிலிருந்த, உயர் அதிகாரிகள் அமுதாவை கூட்டி வந்து அவள் வீட்டில் ஒப்படைக்கிறார்கள். உடல் தேறவும் ட்ரெயிணிங் தொடரலாம், எனும் வார்த்தையை சொல்லி செல்கிறார்கள்..

அமுதாவின் தந்தை மற்றும் பாஸ்கரன் இடி விழுந்தது போல் ஆகிவிடுகிறார்கள். மதுரை மருத்துவமனைக்கு அலைகிறார்கள். அவளை கைத்தாங்கலாய் தூக்கி டாக்ஸியில் அமரவைத்து செல்லும் நிலை உடல் மிகமோசமாய் நலிவுற்ற காரணத்தால், ஒரு தனியார் மருத்துவமனையில் அமுதாவை சேர்க்கிறார்கள்.

சில நாட்கள் பரிசோதனைகள் நடக்கிறது. பூரண நலம் பெற பத்து லட்சம் செலவாகும் என பெரிய டாக்டர் சொல்கிறார் தவியாய் தவிக்கிறார்கள் பாஸ்கரன் மற்றும் அமுதாவின் தந்தை.

43

அந்த பகுதியில் ஒரு கிராமத்தில் பொங்கல் திருவிழா - வழுக்கு மரம் ஏறுதல் உட்பட ராட்டினம் போன்ற விளையாட்டுகள் போட்டிருக்கிறார்கள்.

கொள்ளையர்கள் சாதாரண மனிதர்கள் போலும் வழுக்கு மரம் ஏற வருகிறார்கள் - ஜெயித்து விட்டு கெத்து காட்டுகிறார்கள்.

ஆட்கள் கூட்டம் கலைந்த பின் "உங்க ஊர்காரர்களுக்கு எங்களைப் போல் இத்தனை நொடியில் மரம் ஏறமுடியுமா?. என சபதம் செய்து பேசுகிறார்கள். இது எல்லாமும் பாஸ்கரனை கண்டு பிடிக்க மற்றும்

அவனை தாக்கிதூக்கிச் செல்ல. ரோஷம் கொண்ட ஒரு பத்து பன்னிரெண்டு பையன்கள் "எங்க பாஸ்கரன் அண்ணன் சுவதுலேயே.... தரையில் நடப்பது போல நடப்பார்."

எனச்சொல்ல அவரு எங்க இருக்காரு, காண்பீங்க பார்ப்போம் என சொல்கிறார்கள்.

அறியா சிறுவர்கள், நாளை அதிகாலை காட்டுக் கோவிலுக்கு சாமி கும்பிட வருவார் எனச்சொல்ல..... பொழுது புலரும் அரை இருட்டில் அவனைத் தூக்க செல்கிறார்கள்.

ஊர் வெளிப்புறம் – பொழுது இன்னும் விடியாததால் வெளிச்சம் இல்லா இருட்டு வியாபித்தே கிடந்தது. மரங்கள் அடர்ந்த அந்த காட்டு வெளியினில் வேக நடைபோட்டு, கருப்பு கோவில் பார்த்து நடந்து கொண்டிருந்தான் பாஸ்கரன். வெள்ளிக் கிழமை தோறும் கருப்புகோவில் உள்ள துர்க்கையை வணங்கி செல்வதை வழக்கமாய் கொண்டிருந்தான் பாஸ்கரன். நடந்தவற்றை நினைத்து சிந்தனை வியப்பட்டவனாய் அவன் சென்று கொண்டிருக்க திடீரென மூவர் முன் வந்து நிற்கிறார்கள் அதிர்ச்சி கொள்கிறான் பாஸ்கரன். மோதல் ஏற்பட அவர்கள் மூவரில் ஒருவன் சற்றும் எதிர் பாராத விதமாய் வலை ஒன்றை வீசி பாஸ்கரனை செயலிழக்க செய்கிறான். சிறுத்தையாய்

அவன் சீறினாலும் வலையில் மாட்டிக்கொண்ட அவனால் முற்றிலுமாய் மோத முடியாத நிலை. கைவசம் வைத்திருந்த ஏதோ ஒரு திரவத்தை அவனை நுகரச் செய்துவிட மயக்கமுறுகிறான் பாஸ்கரன். அவனை குண்டுக் கட்டாய் தூக்கிச் செல்கிறார்கள் கொள்ளையர்கள்

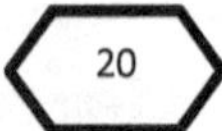



கொள்ளையர் இருப்பிடம். அது ஒரு இயங்காத தொழிற்சாலை. பாஸ்கரனை சித்ரவதை செய்ய துவங்க, ஒரு கட்டத்தில் அவன் அவர்களை எதிர்க்கிறான். அவர்கள் மூவர் – பயங்கர ஆயுதங்கள் இருந்தும் அவர்களை திணறடிக்கிறான்.

எதிர்பாராத விதமாய் ஒருவன் பின்னால் இருந்து, ஒரு இரும்புத்தடியால் தாக்க அரை மயக்கமாகிறான் பாஸ்கரன்..

"ஒரே ஒரு டீல் - வேறொன்றும் எங்களுக்கு வேண்டியதில்லை. புத்தூர் மலைக் கோயிலில் அம்மன் விக்கிரகம் எங்களுக்கு வேண்டும் யாரும் ஏற முடியாத அந்த மலையில் உன்னால் ஏற முடியும் - உன்னால்தான் ஏறமுடியும். எடுத்துக் கொண்டு வந்து எங்களிடம் ஒப்படைத்தால் உனக்கு பத்து லட்சம். உனக்கு ஒரு நாள் டைம்: நாளை மறுநாள் கோயில் திருவிழா. அன்று பூஜஜக்காக எடுத்து அபிஷேகங்கள் செய்து பக்தர்கள் பார்வைக்கு வைப்பார்கள். மறுநாள் அதை அதற்கான அறையில் வைத்து பூட்டி விடுவார்கள் பின் எடுப்பது சிரமம். அறைக் கதவை தொட்டாலே, தாலுகா போலீஸ் ஸ்டேஷனில் இதற்கான மணி அலறும். நாளை நல்ல பதில் வேண்டும். எச்சரிக்கை" என சொல்லி

துப்பாக்கியுடன் காவலுக்கு ஆள் வைத்து விட்டு செல்கிறார்கள்..

45

உடல் வேதனை.. மன வேதனை அமுதாவை உடன் இருந்து பார்க்க.

முடியாத நிலை. எல்லாவற்றிற்கும் மேலாய் அந்த மருத்துவ செலவு பத்து லட்சம். பாஸ்கரனுக்கு பித்து பிடித்த நிலை. தீர யோசித்தவனுக்கு பளிச்சென்று ஒரு யோசனை. டீலுக்கு சரி சொல்லுவோம்.. மலையேறுவோம் சிலையுடன் இறங்குவோம்.

பணத்தை பெறுவோம். இவர்களெல்லாம் பெரிய சண்டியர்களா என்ன பணத்தை கொடுத்து விட்டு சிலையுடன் செல்லும் அவர்களை ஊத்துக்காடு உள்ளே முகமூடி திருடன் போலும், வழிமறித்து தாக்கி சிலையை கைப்பற்றி மலை. அடிவாரத்தில் வைத்து விடுவோம் - பல வித கேஷ்யங்களுடன் ஜனங்களே மற்றதைப் பார்த்துக் கொள்வார்கள் இப்படி அவன் மனதில் திட்டம் கொள்கிறான்.

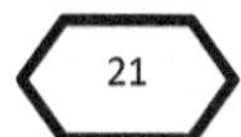

எரசப்பநாயக்கனூர் எனும் கிராமம். ஒரு கோவில் தர்மகர்த்தாவின் பங்களா. அவர் அழைத்ததின் பேரில் கோவில் அதிகாரி வந்திருக்கிறார்

"அதான் அந்த புத்தூர் அம்மன் சிலை மேட்டர் "

என அவர் ஆரம்பிக்க அதிகாரியின் கைகள் நடுக்கம் கொள்கின்றன. பத்து நாட்களுக்கு முன் தர்மகர்த்தா சொன்னது மனதில் ஓடுகிறது

"மேலிடத்து உத்தரவு ஒரு நாற்பதே நாள் அம்மன் சிலை வேண்டியதிருக்கு. மேலிடத்து பங்களாவில் ஒரு ரகசிய பூஜை.

கேரளா மாந்திரீகர்கள் வந்து சேர்ந்துட்டாங்களாம். மேலிடத்துல சில குறைபாடுகள் இருக்காம் . சுபிட்சத்துக்காக ஒரு பூஜை அவ்வளவுதான்.

வருஷம் பூரா கோவில்ல அந்த சிலை சும்மாதான இருக்கு ஆடி பூரம் அன்னைக்கு மட்டும் அம்மனுக்கு பூஜை செய்து பக்தர்கள் தரிசனத்துக்கு வைக்கிறோம். அதனால இது ஒண்ணும் பெரிய விஷயமில்ல அடுத்து நான் கூப்பிடும் போது நல்ல முடிவோடு வாங்க".

கை நடுக்கத்துடன் அதிகாரி கண்களில் கலக்கமும் தெரிய.....

"முடிச்சிருங்க அருணாசலம் சார் வேற மாதிரியெல்லாம் யோசிக்க வேண்டாம். மேலிடத்துக்கு ஒத்துழைக்காத ஓங்க பழைய அதிகாரி என்ன ஆனார். தெரியுமில்ல.... அவரு நல்ல மனுஷன் அவரா தூக்கு மாட்டிக்கிட்டு செத்துட்டாரு".


அருணாசலம் கண்முன் அந்த கொடூரம் ஓடுகிறது. நல்ல ஆரோக்கியமா சந்தோஷமா... இருந்த அந்த பழைய அதிகாரி திடீர்னு தூக்குல தொங்குனாரே

"தொங்க விட்டாங்களே..."

அவசர அவசரமா போஸ்ட் மார்ட்டம் முடிச்சு தானா தூக்கு மாட்டிக்கிட்டு செத்துட்டான்னு உலகத்தை நம்ப வைச்சாங்களே..... பாவிக...

இந்த பக்கத்து கோவில்கள்ல ஒவ்வொரு சிலையா கொண்டு போயிக்கிட்டு இருக்காங்களே... மூணு மாசத்துல ரிடையர் மெண்ட்ர் வருதே அன்னைக்கு எப்படி கணக்கு குடுக்க......

அருணாச்சலம் கைநடுக்கம் கூடுகிறது

"மெத்த இன்ஸ்பெக்டர் முத்துராஜ் பாத்துக்கடுவாரு. சொல்லிவிட்டு ஆறரை அடி உயர தர்மகர்த்தா...

"அப்ப நீங்க போயிட்டு வரலாம்" என போலியான கும்பிடு போட, நிற்க திராணி இல்லாம எழுந்து நிற்கிறார் அருணாசலம்

"இன்னும் என்ன தயக்கம் - கோவில் பட்டர் சர்மாவை இன்ஸ்பெக்டரே டீல் பண்ணிக்கிடுவாரு"

தடுமாறி வெளியேறுகிறார் அருணாசலம்.....

கொள்ளையர் பாஸ்கரனை வாகனத்தில் ஏற்றி புத்தூர் மலை அடிவாரம் அடைகிறார்கள். இரவு மணி ஒன்று

"தப்பித்து செல்ல நினைக்காதே... உன் உயிர் இருக்காது . உன் ஊர் புதரில் பிணமாய் கிடப்பாய்.... ஜாக்கிரதை சிலையுடன் வா"

செங்குத்து மலை மீது அம்மன் கோவில் பிரம்மாண்டமாய் தெரிகிறது உயிரை பணயம் வைத்து வழுவழு மொட்டை மலையில் ஏறுகிறான் பாஸ்கரன்.

மலை ஏறியவனுக்கு கோயில் மதிற்சுவர் ஒரு பொருட்டே இல்லையே..

மதில் தாண்டி கோயில் உள் செல்கிறான் பூஜை நடந்த இடம் செல்ல பூஜையில் அம்மன் சிலை இல்லை. பூஜை பொருட்கள் சிதறிக் கிடந்த நிலை, பாஸ்கரனுக்கு அதிர்ச்சி கொடுக்கிறது. கோவில் வளாகத்தில் மங்கிய இருட்டு. சுற்றும் முற்றும் பார்க்கிறான், யாரும் இல்லை. பூஜையில் சிலை இல்லையென்றால் அது திருடப்பட்டிருக்கும் என ஊர்ஜிதம் கொள்கிறான். பளிச்சென்று ஒரு எண்ணம் தோன்ற செல்போன் டார்ச்மூலம் கேமரா இருக்கும் இடம் அறிகிறான். சிலை திருடிய மடையர்கள் கேமிராவை

மனதிலேயே கொள்ளவில்லையா.. அப்படியே இருக்கிறதே தேங்காய் உடைக்கும் கம்பி ஒன்று கண்ணில் பட, கேமராவை அகற்றி எடுக்கிறான். கேமரா காட்டிக் கொடுத்து ஒன்றும் செய்யாத நான் அல்லவா மாட்டிக் கொள்வேன்.

மாமன் மகள் அமுதா... மருத்துவமனை பத்துலட்சம் "கடவுளே" அழுகைதான் வந்தது அவனுக்கு..

கோவில் சுற்றுப்புற திண்டினில் சாதாரண கற்சிலை ஒன்று கண்ணில் பட, கொண்டு வந்திருந்த கோணிப் பையில் அந்த சிலையை உள்வைத்து தைக்கிறான்..

கேமராவை வேறொரு பையில் போட்டுக் கொள்கிறான்.

அப்போது ஸ்டோர் ரூம் உள்ளே யாரோ முனங்கும் சத்தம் கேட்கிறது.

சற்று அதிர்ச்சியுற்றவன் என்ன, யார் என்று அறிய ஸ்டோர் ரூம் உள் நுழைகிறான். வாயில் துணி வைத்து கைகால்களும் கட்டப்பட்டு மயக்க நிலையிலிருந்த கோயில் பட்டரை பார்த்து அதிர்ச்சியுறுகிறான்.

அம்மன் சிலைக்காக அதை எடுத்தவர்கள் செய்த தாக்குதலை யூகித்து கொள்கிறான்..

அய்யரை அப்படியே விட்டுச் செல்ல மனமில்லை. அவருக்கு உயிர் இருக்கிறது. மயக்கம் தான் என தெரிகிறது. முகத்தில் தண்ணீர் தெளிக்க அய்யர் விழித்துக் கொள்கிறார். அவனை மிரட்சியுடன் பார்க்கிறார்...

வாயில் இருந்த துணியை அகற்றுகிறான் பாஸ்கரன்

"ஓ... நீ நல்ல திருடனா... உனக்கு முன்னே அந்த கெட்டவன் சிலையை கொண்டு போயிருப்பான்" என்கிறார்.

அவர்கை கால் கட்டுகளை அவன் அவிழ்க்கமுயல..

49

இருக்கட்டும்பா. திருடர்கள் வந்தார்கள்

என்னை கட்டிப்போட்டு விட்டு சிலையைக் கொண்டு போய் விட்டார்கள் அம்புட்டு தான்...

என் உயிர் காப்பாத்துன உன்னைப் பற்றி எதுவும் சொல்ல மாட்டேன் என் ஆயுளுக்கும் உன்னை மறக்க மாட்டேன் உன் பெயர்

"பாஸ்கரன்" என்கிறான்.

"விதி இருந்தால் மீண்டும் சந்திப்போம்" என்கிறார் பாஸ்கரன் மதிற்சுவர் தாண்டுகிறான். மலையில் இறங்குகிறான்.

தயாராய் இருந்த கொள்ளையர்களுக்கு தம்ஸ் அப் காண்பிக்க அவனை ஏற்றிக் கொண்டு புயல் போல் புறப்படுகிறது வாகனம் ஒரு மணிநேரப் பயணத்தில் ஊத்துக்காடு எல்லை......

"நீ இங்கே இறங்கிக்கிடலாம்.. பையில் பத்து லட்சம் இருக்கு பைதபை நடந்தது வெளியில் தெரிந்தால் இதே காட்டில் உன் பிணம் நரிகளுக்கு" பத்துலட்ச பையுடன் அவன் இறங்கிக் கொள்ள.

பொய் சிலையுடன் வாகனம் பறக்கிறது. எதிர் வந்த காட்டு நாய் ஒன்றை தூக்கி சுழற்றி எறிந்து விட்டு பாஸ்கரன் ஓட்டமாய் ஓடுகிறான் நரிகள் துரத்த..

பாஸ்கரனுக்கு முன்பே அம்மன் சிலையை எடுத்த மற்றொரு கொள்ளை கூட்ட டீம் ஏக பத்திரமாய் சிலையுடன் பயணிக்கிறார்கள்.

அவ்வப்போது வெற்றிச் செய்தியை யாருக்கோ போன் செய்து கொண்டே செல்கிறார்கள்

அர்த்த ராத்திரியில் புத்தூர் கோவிலில் காவல் இருந்த இன்ஸ்பெக்டருக்கு சி.சி.டி.வி கேமரா ஞாபகம் வர, உடன் இருந்த கான்ஸ்டபிளுக்கு போன் செய்கிறார்.

"மட ஜென்மங்களா -- நாளை டூட்டிக்கு உள்ள போனதும் காமிராவை கழட்டி என்கிட்ட ஒப்படைக்கணும்" என்கிறார்.

நெடுந்தூர பயணத்திற்கு பின் பாஸ்கரனால் ஏமாற்றப்பட்ட கொள்ளையர் அவர்கள் இடத்தை அடைகிறார்கள். கையோடு சிலையை நம் மெத்தடில் பேக் செய்து விடுங்கள். பொழுது விடிவதற்குள் மேலிடத்திலிருந்து ஆள் வந்து விடுவார். அவர்கிட்ட ஒப்படைக்கணும் என்கிறான் தலைவன்.

பாஸ் ஒரே அலுப்பு மருந்து சாப்பிட்டுட்டு கொஞ்சம் ரெஸ்ட் - பேக் செய்வது என் பொறுப்பு என சொல்லிக்கொண்டே மதுபாட்டில்களை உடைத்து தண்ணி அடிக்கிறார்கள்

கண் அயர்கிறார்கள் ஆனால் சொன்னது போல் விடிவதற்குள் பேக் செய்ய கோணிப் பையை பிரித்து சிலையை பார்த்தவர்கள் அது சாதா கற்சிலை என அறிய அதிர்ச்சியில் உறைகிறார்கள்.

மேலிடத்திலிருந்து ஏஜென்ட் ஒருவன் சொன்னது போல் வந்து விடுகிறான். நடந்தது அறிந்து கொதிப்படைகிறான் அந்த முரடன். இவர்களை லெப்ட் அண்ட் ரைட் வாங்குகிறான். முட்டாள்களா இரண்டு நாள் டைம் தர்றேன். சிலை வந்து சேர வேண்டும். இல்ல உங்கள் தலை இருக்காது என எச்சரித்து விட்டு செல்கிறான். ஏமாற்றப்பட்டதை அறிந்து கொந்தளித்த அவர்கள் பாஸ்கரனை தேடிப்பிடிக்க அவன் ஊர் நோக்கி புறப்படுகிறார்கள். இன்று இரவு அவனை தூக்க வேண்டும் என்ற வெறி அவர்களிடத்தில்.

51

&

ஊத்துக்காட்டை தாண்டி ரோட்டுக்கு வந்த பாஸ்கரன் சாலையில் வந்த லாரிகளில் கெஞ்சி ஒவ்வொரு இடமாய் ஏறி இறங்கி திருச்சி வந்து சேர்கிறான்.

லாரியில் பயணிக்கையில், மருத்துவமனை கேஸ் செக்சனில் இரண்டு லட்சத்துக்கு மேல் காசோலை டிடி மட்டுமே ஏற்றுக்கொள்ளப்படும் என்ற போர்டு பார்த்தது கண்முன் நிழலாடுகிறது.

பலவாறு சிந்தித்தவன் குமாரி கலாவுக்கு போன் போடுகிறான். ரிங் அடிக்க யார் இது விடிந்தும் விடியாத போது என போனை எடுத்த குமாரி கலாவுக்கு பாஸ்கரன் என்ற பெயர் தெரிய

"சொல்லு பாசு எப்பவும் நீயா பேச மாட்டியே சந்தோஷமா இருக்கு இனிய காலை என்பது இதுதானா...?" மனம் துள்ளியது அவளுக்கு.

"நீ எங்க இருக்க கலா இப்ப சென்னையா இல்லை ஏதாவது படப்பிடிப்புனு வேறிடமா."

"வழக்கம் போல நான் உனக்கு பேசும் போது போனவாரம் சொன்னேன் மறந்துட்டியா, காரைக்குடி பக்கம் சூட்டிங் கானாடு காத்தான்ல ஒரு பங்களாவுல இருக்கேன் ஏன் பாசு."

"உன்னை அவசரமா பார்க்கனும் திருச்சியிலிருந்து பேசுறேன் வரவா,.."

"இது என்ன கேள்வி வெல்கம்" என அவள் சொல்ல அவளை சந்திக்க பஸ் ஏறுகிறான்.

அவன் மனதில் கலா பற்றிய நினைவலைகள் ஓடுகின்றன.

பாஸ்கரனை சந்தேகப்பட்டு விசாரித்த அன்று இரவு அந்த இளம் மங்கை கலாவின் பாட்டி, அருகில் படுத்திருந்த பேத்தி இடம் கேட்கிறாள்....

"ஏண்டி கலா அவ்வளவு கூட்டத்தில் அத்தனை போலீஸ் முன்னால் போய் நின்று பேச உனக்கு எப்படி தைரியம் வந்தது."

"பாஸ் மாமாவை எனக்கு ரொம்ப பிடிக்கும்" ஜன்னல் வழிவந்த தெருவிளக்கு வெளிச்சத்தில் கன்னங்கள் சிவக்க இப்படி அவள் பதில் சொல்ல

"அவன் உன்னைப் பார்த்தாலே ஓடிருவானே" என கிண்டலடிக்கிறாள் பாட்டி கிழவி.

"அதான் எனக்கு ரொம்ப பிடிக்கும் " என்கிறாள் கலா.

சரியான லூசு தான் இவள் என சிரித்துக் கொள்கிறாள் பாட்டி. அந்த ஆண்டு சுதந்திர தினம். அன்று ஊர் மந்தையில் ஒரு நாடகம் நடக்கிறது.

வீரமங்கை வேலுநாச்சியார் பற்றிய நாடகம் அது.

வேலு நாச்சியார் வெள்ளையருக்கு எதிராக வீரவசனம் பேசுதல், தங்கள் படையை திரட்டுதல், போர் செய்தல், வெள்ளை தளபதி ஒருவரது தலையை கொய்வது

"எங்கள் மண் மீது கால் வைத்தவர்களுக்கு இதுதான் பாடம்" என்பதாய் நாடகம் ஓடுகிறது.

வேலு நாச்சியாராக நடித்தவள் பதினான்கு வயது கலா என்ற கலைச்செல்வி. அன்று நாடகத்திற்கு ஒரு சினிமா டைரக்டரும் வந்திருக்கிறார்.

அவர் அந்த ஊர்க்காரர். பத்து வெற்றி படங்கள் கொடுத்திருந்ததால் சினிமா உலக ஸ்டார் டைரக்டர் ஆகியிருந்தார். நாடகம் முடிந்தபின் கலைச்செல்வியின் நடிப்பை ரொம்ப பாராட்டிப் பேசுகிறார்.

இரண்டு மூன்று ஆண்டுகள் கடந்திருக்க கலைச்செல்வி குமரிப் பெண்ணாய் கிராமத்தை சுற்றி வருகிறாள்.

பாஸ்கரன் மீது அவள் கொண்ட அன்பு மிகவும் கூடி அவனை சுற்றி சுற்றி வருகிறாள். அவனிடம் சுட்டியாய் ஒட்டுகிறாள். தன் அன்பையெல்லாம் அவன்மீது செலுத்தி அவனே உலகம் என மனதில் கொள்கிறாள்.

தன்னை கல்யாணம் கட்டிக் கொள்ள ஒரு நாள் கேட்கிறாள் வெளிப்படையாய்

அவன் சிரித்துக் கொண்டே 'ஒன்றும் சொல்லாமல் சென்று விடுகிறான். இவள் பாட்டுபாடி ஆட்டம் ஆடி அவன் பின்னால் சுற்றுவதையெல்லாம் இவர்களுக்கே தெரியாமல் பின் சென்று பார்த்த அந்த ஸ்டார் டைரக்டர், தனது "நிலா கனவு" படத்திற்கு,

தான் தேடிக் கொண்டிருந்த, தனது மனதில் பிம்பமாய் இருந்த கதாநாயகி கிடைத்துவிட்டாள் அது இவள்தான் என முடிவு கொள்கிறார். கலாவின் பாட்டியுடன் பேச கலாவும் மிரட்சியுடனே சரி சொல்ல இரண்டாவது நாளே முக்கிய பத்திரிக்கையின் சினிமா செய்திகள் பக்கத்தில் கலாவின் புகைப்படங்கள். புது நாயகி எனும் செய்தியுடன் வருகிறது.

ஒரு கட்டத்தில் பெரிய கதாநாயகி ஆகி விடுகிறாள் கலா. வெவ்வேறு படங்கள் எல்லாமும் வெற்றி படங்கள் -

ஓய்வில்லா வெவ்வேறு சூட்டிங்குகள் இப்போது அவள் பிரபல லேடி சூப்பர் ஸ்டார் "குமாரி கலா". ஆனாலும் அவள் பாஸ்கரன் மீது கொண்ட காதல் மட்டும் மாறவே இல்லை.

&

அங்கே கலா தனது பி.ஏ-க்கு போன் போட்டு "இன்னைக்கு உடம்பு கொஞ்சம் சரி இல்லை... ஹீரோ சம்பந்தப்பட்டது மட்டும் சூட் போகட்டும் டைரக்டர் சார்ட்ட நான் சொன்னேன்னு சொல்லிருப்பா" என்கிறாள்.

குமாரி கலாவின் தனி அறை. நடந்ததையெல்லாம் சொல்கிறான் பாஸ்கரன். அதிர்ச்சி கொள்கிறாள் கலா.

"சிலையை கொடுப்பது போல் கொடுத்தபின் பறித்து விடத்தான் இதுல இறங்கினேன் அமுதாவுக்காக. இப்ப அந்த சிலை எங்க போயிருக்கோ... பணம் என் கைக்கு கிடைத்தும் மனசு பதறுது கலா. யாரோ கயவர் கைக்கு அம்மன் சிலை போயிருச்சேன்னு தேம்புகிறான்.

"ஆறுதல் சொல்கிறாள் கலா..." பத்து லட்சம் நான் தர்றேன்.. சிலை பற்றிய கவலையை விடு கேமிராவ தீயை வச்சு கொளுத்திட்டு, போய் அமுதா உயிரை காப்பாத்து" என்கிறாள் -

இல்ல கலா நான் உங்கிட்ட வந்தது ரெண்டு உதவிக்காக. ஒண்ணு இந்த பணத்தை வைச்சுக்கிட்டு

பத்து லட்சத்துக்கு உன்னோட சேவா சங்கம் மூலம் ஒரு செக் குடு. ரெண்டு, இந்த காமிராவுல கடைசியா பதிவானத நான் பாக்கணும்.

"புரியுது பாஸ்கரா ..

55

எத்தனை கோடிக்கு வேணாலும் நான் செக் தர்றேன் - உனக்காக. அதை இந்த பணத்தை வாங்கிட்டுத் தானா கொடுக்கணும்"

செக்புக்கை எடுக்கிறாள்...

கையெழுத்தை மட்டும் போட்டு அவனிடம் தர, அவன் கண்களில் அன்பு ததும்பி நிற்கிறது.

யாருக்கோ போன் செய்கிறாள்.

காமிரா வியூ பண்ண லேப்டாப் மற்றும் அக்ஸஸரிஸ் சில நிமிடங்களில் வருகிறது. சினிமா உலகில் இல்லாததா என்ன.

சிசிடிவி கேமராவில் பதிவானது பிளே ஆகிறது

புத்தூர் கோவில் மாலை நேர பூஜை முடிகிறது. காட்டிற்குள் மலை மேல் உள்ள கோவில் அது விலை மதிப்பற்ற அம்மன் சிலை இருப்பதினாலயே மாலை நேர பூஜையுடன், நடை சாத்தப்படும் வழக்கம் அங்கு

பெரும் கூட்டமான பக்தர்கள் கலைந்து முடிவில் கோவில் உள்ளே ஒரு இன்ஸ்பெக்டர், இரு காவலர்கள் ஒரு தலைமை பட்டர் மட்டும் கேமராவில் தெரிகிறார்கள்.

பக்தர்கள் போல் வந்த இரு முரடர்கள் பெரிய கதவு வரை போய் வெளியேறுவது போல் போக்குக் காட்டிவிட்டு பெரிய தூண் மறைவில் மறைந்து கொள்கிறார்கள்.

சாவியை எடுக்க அய்யர் ஸ்டோர் ரூம் உள்ளே செல்கிறார்.

ஒன்றும் அறியாதவர்கள் போல் இன்ஸ்பெக்டரும், இரு காவலர்களும், அய்யரை பார்த்து ஏதோ சொல்கிறார்கள். உடன் வெளியேறி விடுகிறார்கள்.

முரடர்களில் ஒருவன் அய்யரை பிடரியில் ஒரு தட்டு தட்ட, தடுமாறியவரின் கண்செய்கிறாள் வாயில் துணியை திணித்து, ஸ்டோர் ரூம் உள்ளே போடுகிறார்கள்.

தாக்கியவர்கள் முகம் தெரியாமலே அவர்கள் தாக்குதலில் மூர்ச்சையாகி விட்ட பட்டர் ஸ்டோர் ரூமுக்குள் விழுவது வரை தெரிகிறது.

ஸ்டோர் ரூம் உள்பகுதி கேமரா வியூவில் தெரியவில்லை.

முரடர்கள் அம்மன் சிலையை எடுத்து கோணிப் பையில் பத்திரப்படுத்தி கொண்டு வெளியேறுவது தெரிகிறது கேமராவில்..

சில மணி நேர இடைவெளிக்கு பின்பு கும்மிருட்டில் அம்மன் சிலை எடுக்க பாஸ்கரன் முயல்வதும் அம்மன் சிலை இல்லாததால் சாதா சிலையை பையில் வைப்பதும். அதன் பின் அவன் கேமராவைப் பார்த்து நெருங்கி செல்வதும் தெரிகிறது.

மீண்டும் மீண்டும் கேமராவை பிளே செய்து அதில் தெரியும் இன்ஸ்பெக்டர் முகத்தை மனதில் இறுத்திக் கொள்கிறான் பாஸ்கரன்.

காமிரா உங்கிட்டயே இருக்கட்டும்...கலா, பத்திரம்

என்றோ ஒரு நாள் வேண்டியதிருக்கும். நான் வரவா செக்கை பத்திரப்படுத்திக் கொண்டவன் பத்து லட்சம் ரூபாய் பையை அவள் முன் வைக்க.

"'உன்னை திருத்தவே முடியாது.. அப்பப்ப பேசு பாசு"

காதல் விழிகளுடன் அவள் விடை கொடுக்க வெளியே வருகிறான் பாஸ்கரன்.

அங்கே வாடிப்பட்டி நெருங்குகிறார்கள் பாஸ்கரனால் ஏமாற்றப்பட்ட அந்த மூன்று கொள்ளையர்.. இரவு அவனை தூக்க வேண்டும் எனும் திட்டத்தில் ரோட்டோர பம்ப் செட் தோட்டத்தில் அடர் மரங்களுக்குள் பதுங்கி இருக்கிறார்கள்.

கலாவிடம் செக்கை பெற்ற மகிழ்ச்சியுடனே வாடிப்பட்டி, பயணித்த பாஸ்கரன் நடு இரவு வாடிப்பட்டி அடைகிறான். வீட்டிற்கு நடந்து செல்கிறான்.

பம்ப் செட் தோட்டத்தை கடந்தால் வீடு. நடந்து கொண்டிருந்தவனுக்கு ஏதோ அசாதாரணம் தெரிய, மூவர் தாக்க வருவது தெரிகிறது.

தான் ஏமாற்றிய அந்த கொள்ளையர்கள் தான் அவர்கள் என அறிந்தவன் மறு தாக்குதலுக்கு தயாராகிறான். சண்டை மூள்கிறது.

ஒரு கட்டத்தில் வைத்திருந்த செக் நழுவி விழ... மூவரில் தலைவன் செக்கை பார்த்து விடுகிறான். கையெழுத்து மட்டும்... யாருக்கு என இல்லை தொகை இல்லை. கொடுத்திருப்பது "குமாரி கலா சேவா- சங்கம்".

இவனை கொடூரமாய் அதாக்கி செக்குடன் ஓடி விட அவன் திட்டமிடுகிறான்

மூவரும் பாஸ்கரனை கொலை வெறியாய் தாக்க, ஒரு கட்டத்தில் தலைவன் கைக்கு போகிறது செக். ஆனால் அடுத்த நிமிடம் நடந்தது வேறு.

அமுதாவின் உயிர் காக்கும் செக் அவன் கைக்கு போன வெறியில் பம்ப் செட் உள் நுழைந்து, கடப்பாரை ஒன்றுடன் வந்த பாஸ்கரன் செக் வைத்திருப்பவனை இறுக்க பிடித்து

இருவரை கடப்பாரையால் தாக்க, இவன் வெறி கண்டு மிரள்கிறார்கள் அவர்கள்

அடுத்த நொடி செக் தலைவன் கைவிட்டு நழுவி கீழே விழுந்து காற்றில் நகர்கிறது.

அப்போது தூரத்தில் ஒரு வாகன வெளிச்சம் தெரிய அது சைரன் வைத்த போலீஸ் வாகனம் என அறிகிறார்கள்.

தோட்ட இருட்டிற்குள்ளோ தாக்கிய கடப்பாரையுடன், கொலை வெறியில் பாஸ்கரன்....

நிறைய குற்றச் செயல்களில் தொடர்புடைய மூவருக்கோ போலீஸ் சைரன் பயம் கொடுக்கிறது. இருட்டில் ஓட்டம் பிடிக்கிறார்கள்...

செக்கை இருட்டில் தேடிப்பிடித்து பேண்ட் பையில் பத்திரப்படுத்திக்கொள்கிறான் பாஸ்கரன்

சற்றே சாலைக்கு வர முகத்தில் போலீஸ் வாகன வெளிச்சம்.. வண்டியை நிறுத்துகிறார்கள் போலீஸார். வண்டியில் போலீஸ் இன்ஸ்பெக்டர் மற்றும் ஒரு காவலர்..

"என்ன இந்த நேரம்" மிரட்டலாய் கேட்கிறார் இன்ஸ்பெக்டர்.

"அய்யா சோழவந்தான்ல சினிமாவுக்கு போனேன்.. கடைசி பஸ்ஸ விட்டுட்டேன்.. அதான் நடந்தே ஊருக்கு போயிறலாம்னு" பொய் கை கொடுக்க

"சினிமா டிக்கெட்...? என மடக்குகிறார் இன்ஸ்பெக்டர்.

டிக்கெட்டை எடுப்பது போல் வெளிப்பாக்கெட், உள்பாக்கெட் எல்லாம் பாஸ்கரன் கையை விட்டு துழாவி போக்கு கண்டித்துக் கொண்டிருக்க இன்ஸ்பெக்டருக்கு டி.எஸ்.பி-யிடமிருந்து போன் வருகிறது.

"என்னய்யா பண்றீங்க...?"

59

"ஒரு சந்தேக கேஸ் சார்.. அதான்"

"யோவ் இங்க உன் லிமிட்ல ஒரு கொலையே விழுந்திருக்குது. வெவ்வேற ஜாதிக்காரங்களாம். போய் என்னன்னு பாருய்யா சந்தேக கேஸாம். யூஸ்லெஸ் பீப்பிள்" டி.எஸ்.பி கடிக்கிறார்.

"சரி சரி போய் தொல" என ஒரே விரட்டா பாஸ்கரனை விரட்டி விட்டு போலீஸ் ஜீப் பறந்து போகிறது

வீட்டை அடைகிறான் பாஸ்கரன். நடு இரவில் வந்து சேர்ந்த பாஸ்கரனை,

ஆச்சரியமாய் பார்க்கிறார் அவன் மாமா

செக்கை மாமாவிடம் கொடுக்கிறான் "பின் ஒருநாள் விவரமாக சொல்கிறேன் மாமா

நான் நினைத்தது ஒண்ணு நடந்தது ஒண்ணு... இது கலாவின் சேவா சங்கம் கொடுத்திருக்கும் செக்.... நான் விடிவதற்குள் வீட்டை விட்டு வெளியேறி விடுவேன்" என்று சொல்ல...

"ஏன் எதற்காக" என்கிறார் அவர்.

'நான் குற்றம் செய்யாது தேடப்படும். குற்றவாளி. போலீஸ் தேடும்" என்கிறான் பாஸ்கரன். அச்சம் கொள்கிறார் அவன் மாமா.

நாளை அமுதாவை மதுரை ஆஸ்பிட்டலுக்கு கூட்டிச் செல்லுங்கள்.

சொல்லிக் கொண்டே செக்கை பூர்த்தி செய்கிறான் . தொகையை எழுதி இது மருத்துவமனைக்கு மாமா. அவர்கள் கேட்ட பத்து லட்சம்.. சில தினங்களில் நான் வந்து சந்திக்கிறேன்.. நிலைமை சீரடையும் வரை ரகசிய சந்திப்புக்கள் தான் அன்று தூக்கமில்லா இரவு லிங்கத்துக்கு.

அங்கு புத்தூர் கோவிலில் போலீஸ் ஆய்வு பரபரப்பாய் போய் கொண்டிருக்கிறது தடயங்கள் சேகரிக்கப்படுகின்றன.

"கேமராவையும் கழற்றி எடுத்து விட்ட புத்திசாலி திருடன்" என்று தனக்குள் புலம்பிக் கொண்டிருக்கும் போலீஸ் டீமின் தலைவர்; அய்யரை கேள்விகளால் நுழைத்து எடுக்கிறார்.

நல்ல வேளை கேமரா இல்லை என்ற சந்தோஷமும், அது யார் கையில் சிக்கி இருக்கும் என்ற பயமும் அந்த காவல் இன்ஸ்பெக்டரிடத்தில்

&

தலையில் தலைப்பாகையுடன் சூப்பர் பாஸ்ட் ட்ரெயினில் பயணிக்கிறான் பாஸ்கரன்.

காடு, மலை என்று சுற்றித் திரிகிறான். அவன் எங்கு சுற்றித் திரிந்தாலும் மனதில் பதிந்த, கோவிலில் காவல் இருந்த இன்ஸ்பெக்ட்ர் முகம், மற்றும் சிலையை அகற்றிய அந்த இரு முரடர்கள் முகம், கண் முன்னேயே வந்து நிற்கிறது. சிலையை மீட்க வேண்டும். அதற்கு இந்த இன்ஸ்பெக்டரை முதலில் கண்டு பிடிக்க வேண்டும் பாதுகாப்பிற்கு இருந்த அதிகாரி ஏன் அவ்வளவு விரைவில்

வெளியேற வேண்டும். அவர்கள் வெளியேற, முரடர்கள் தாக்க ஒன்றுடன் ஒன்று இணைந்த செயலாய் அவன் மனதில் சந்தேகம் வேறொன்றி நிற்கிறது.

அம்மன் சிலை திருட்டு அனைத்து பத்திரிக்கைகளிலும் தலைப்பு செய்தியாய் வந்திருந்தது.

"கோவில் பட்டர் கை, கால்களை கட்டிப்போட்டு விட்டு, சிலையை கொள்ளை அடித்தனர் கொள்ளையர்"

61

மீடியாக்களில் மின்னல் செய்தி ஓடுகிறது. அனைத்து மாவட்ட காவல் கண்காணிப்பாளர்களுக்கும் புலனாய்வு விவரங்கள் அனுப்பப்படுகிறது.

மொட்ட மலையில் கால் தடம் தெரிய, அதை பெரிய ஆதாரமாய் எடுத்துக் கொள்கிறார்கள் போலீஸார்.

மூன்று தினங்கள் கழித்து தமிழக போலீஸ் தலைவரிடமிருந்து மதுரை எஸ்.பி.க்கு போன்....

இப்படி மலை ஏறும் திறமை கொண்டவன் உங்கள் மதுரை மாவட்ட வாடிப்பட்டிக்காரன் தானாம். உளவு செய்தி. அவனை தூக்கி வைத்து விசாரியுங்கள். பேப்பர் நியூஸ், மீடியாக்களுக்கு ரொம்ப விபரங்கள் தர வேண்டாம்.. உஷாராகி விடுவான்.....

பாஸ்கரன் ஊரில் இல்லாதது தெரியவர, அவனை தீவிரமாய் தேடுகிறார்கள் போலீஸார்.

அவன் இப்போது போலீஸ் பார்வையில் சிலை திருடிய தேடப்படும் குற்றவாளி.

ஆனால் பாஸ்கரனோ தன் கெட் அப்பை முழுவதுமாய் மாற்றிக் கொள்கிறான், வாயில் நுழையாத ஒரு புது பெயருடனே ஓரிடத்தில் இல்லாது மறைந்தே திரிகிறான்.

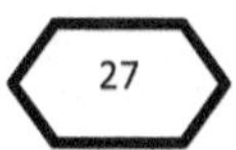

ஐதராபாத் ஒரு ஸ்டார் ஹோட்டல். பிரதீப் பார் உள்ளே நுழைகிறான், மனக்கவலையுடன் தனது தந்தையின் சீனியர் டாக்டர் அங்கு ஓர் இடத்தில் அமர்ந்திருப்பதை பார்க்கிறான். அவரைத் தவிர்த்து அவரைப் பாராதது போலும் சென்று விட நினைத்து ஓரமாய் செல்கிறான்.

ஆனால் அவரோ "ஹலோ பிரதீப்" குரல் கொடுத்து கூப்பிட, வேறு வழியின்றி "ஹலோ அங்கிள் என ரெஸ்பான்ஸ் கொடுக்க வேண்டியதாகி விடுகிறது. அவனுக்கு.

"கம் ஹியர் பிரதீப் யு.எ. எங் கம்பெனியன் ஐ வ்வீல் பிளசர் என சிறிதான போதையில் உளறிக் கொண்டே அவனை அருகில் இழுத்து அமரச் செய்து விடுகிறார்.

"எப்படி இருக்க"

"நல்லா இருக்கேன் அங்கிள்"

"குட்... கல்யாண மாப்பிள்ளை அப்படித்தான் இருக்கணும்.."

உளறி வருகிறது வார்த்தைகள். பிரதீப்க்கு சிறிதான அதிர்ச்சி..

"உங்கப்பா உன்கிட்ட சொல்லல.. ஓ.....நல்ல நாளா பாத்து சொல்லலாம்னு நினைச்சிருப்பான்.."

புரியாமல் விழித்து அவரைப் பார்க்கிறான் பிரதீப்

பாம்பேயில பெரிய இண்டஸ்ட்ரியலிஸ்ட்

அரசியல் செல்வாக்கு வேறு.. அடுத்த எலெக்ஷன்ல கூட நிக்கவும் போறாரு. நிக்க மட்டுமில்ல நின்னு மத்திய மந்திரியாகவும் ஆவாரு.

அதுக்கு நல்ல வாய்ப்பு இருக்காம்... உங்க அப்பா சொல்லவும் நானே விசாரித்து தெரிஞ்சுக்கிட்டேன்..

ரொம்ப கௌரவம் பாப்பானே உங்கப்பன் அதான் பெரிய இடம்மா தேடி முடிவு செஞ்சிருக்கான்"

"என்ன சொல்றீங்க அங்கிள்". ஏற்கனவே மனக்கவலையில் இருந்தவன் வாயில் வார்த்தைகள் வர திணறுகின்றன.

"ஓ....தலையும் இல்லாம வாலும் இல்லாம பேசிக்கிட்டிருக்கேண்ல"

மேலும் இரண்டு பெக் ஊற்றிக் கொள்ள போதை தலைக்கேறுகிறது.

அவன் அன்னைக்கு உன் காதல் விவகாரம் பற்றி சொல்லும் போது நான் சொன்னேன்..

"சந்திரகாந்த்..... உன் மகன் மத்தவன் மாதிரி எடை போடாத..அவன் மத்தவன் மாதிரி பொழுது போறதுக்கு பொண்ணு பின்னால சுத்த மாட்டான் என்ன ஏதுன்னு சரியா கவனம் செலுத்துனு "

காதுலயே வாங்கிக்கிடல... கௌரத்துலயே நின்னான் உளவு தெரிஞ்சுக்கிட ஒரு ஆள் அனுப்பி உன் லவ்வப் பத்தி விசாரிச்சான்.

"எந்த பேக்ரவுண்டும் இல்லாத ஏழையிலும் பரம ஏழையாம் என தகவல் கிடைக்க இதுக்கு நான் ஒரு முடிவுகட்றேன்னான்...." பிரதீப் விழியாய் விழிக்க,

"அடுத்த வாரமே அவன் செஞ்ச செயல் அதிர்ச்சியிலும் அதிர்ச்சி.......ம் அந்தப் பொண்ணு அமுதாவ படுத்த படுக்கையயாக்குனது அவனோட மருந்து மாத்திரைகள் தான்."

சொல்லிவிட்டு அவர் சுற்றும் முற்றும் பார்க்கிறார்.. வேற யாரும் கேட்டு விட்டாங்களோன்னு எச்சரிக்கைக்காக..

பிரதீப்புக்கோ ஆயிரம் வோல்ட் மின்சாரம் பாய்ந்த அதிர்ச்சி. அதைச் சொன்னதோடு... அவர் மயங்கி சரிந்து விடுகிறார் போதையில்.

விருட்டென வெளியேறிய பிரதீப் அவருடைய டிரைவரிடம் "அங்கிள் வழக்கம் போல் ஆயிட்டாரு. பார்த்து கூட்டிட்டு போ" ன்னு சொல்லிவிட்டு காரை ஸ்டார்ட் செய்து புயலாய் வீட்டிற்கு ஓட்டுகிறான்.

பிரதிப் வீடு. அப்பா, அம்மா தூங்கச் சென்று விட்ட நேரம்... தன் அறைக்குள் நுழைந்த பிரதீப் தன் உடைகளை, எடுத்து வைக்கிறான். பெட்டியில் ஐ.டி கார்டு, ஏ.டி.எம் கார்டு மற்ற முக்கியவை பெட்டிக்குள் செல்கிறது

பேப்பரை எடுத்து ஏதோ எழுதுகிறான்...இரண்டே வரிகள் - கால் டாக்ஸியை வரச் சொல்கிறான் .

சற்றே நேரத்தில் கால் டாக்ஸி வரும் சத்தம்....

தனது அறை, ஹால், வெராண்டா அனைத்து விளக்குகளையும் எரியச் செய்கிறான் .

அவன் தந்தையின் படுக்கை அறை. ஏதோ கார் வரும் சப்தம் கேட்க,

"என்ன இந்த நேரம் இப்பத்தான் பிரதீப் கார் உள் நுழைந்த சத்தம் கேட்டது. இது யாராயிருக்கும் விளக்குகள் அனைத்தும் எரிகிறதே வெளியே.." என நினைத்தவாறு அவர் எழ

பிரதீப் அம்மாவும் எழுகிறாள். இருவரும் ஹாலுக்கு வருகிறார்கள்.

ட்ராவல் பெட்டியை இழுத்துக்கொண்டு பிரதீப் மூவ் ஆகி வெளி வருகிறான்.

"பிரதீப் என்ன இது.. இந்த நேரம் பெட்டியுடன் "
அம்மா கேட்கிறாள் பிரதீப்பிடம் பதில் இல்லை....

அவனிடம் ஏதோ வித்தியாசம் தெரிய கார் அருகில் ஓடி வருகிறாள் அம்மா..

அவள் முகத்தை பார்க்கும், பிரதீப் முகத்தில் எந்த சலனமும் இல்லை. தந்தை கல்லாய் நிற்கிறார்...

65

"சொல்லு பிரதீப் எங்க போற" அம்மா கேட்கிறாள் தேம்பலுடனே..

"போகலாம் எனும் ஒற்றை சொல் பிரதீப்பிடம் டிரைவரைப் பார்த்து..

"என்னங்க" அம்மா குலுங்கி அழுகிறாள்

இருவரும் அவன் அறைக்குள் செல்ல. அவன் எழுதிய கடிதம் டேபிள் மீது.

"என்னை தேட முயற்சிக்க வேண்டாம்.. அப்படி தேடினால் நான் கிடைப்பேன். ஆனால் உயிரற்று"

ஓவென கதறுகிறாள் அம்மா..

காடு, மலை என சுற்றித்திரிந்த பாஸ்கரன் ஒரு மாறுதலுக்காகவும் கொஞ்சம் வருமானத்திற்காகவும் வேலை தேடி பெங்களூர் வருகிறான்.

ஒரு பெரிய அபார்ட்மெண்ட்டில் செக்யூரிட்டியாய் சேர்ந்து வேலை செய்கிறான்.

ஒரு நாள் ஒரு நார்த் இண்டியன் நாற்பது வயது குண்டு பெண் நாலாவது மாடியிலிருந்து குதித்து விடுவேன் என பயமுறுத்த ஆட்கள் கூட்டமாய் சேர்கிறார்கள்

அதில் ஒருவர் தொந்தியும், தொப்பையுமான ஒரு போலீஸ் ஏட்டய்யா, குண்டு பெண்ணிடம் பேச்சு வார்த்தை நடக்கிறது. இரண்டு வருடமாய் என் காதல் நிறைவேறல அதான் சாகப் போறேன் என்கிறாள்.

உன் காதலன் யார் எனக் கேட்க கீழே நிற்கும் கூட்டத்தில் ஓமக்குச்சி நரசிம்மன் போல் மண்டை முடி தூக்கிக் கொண்டு நிற்கும் ஒருவரை காண்பிக்கிறாள். கீழே நிற்கும் சிறுவர், சிறுமியர் ஆச்சரியத்துடனே "கங்குராசுலேஷன்ஸ் அங்கிள்" என கூட்டமாய் கோரஸாய் கத்துகிறார்கள். ஓமக்குச்சி மயங்கி சரிந்து விழுகிறான்.

குண்டுப் பெண்ணை காப்பாற்ற செக்யூரிட்டி பாஸ்கரன் மளமளவென சுவரிலேயே ஏறி குண்டு பெண் பக்கத்தில் போய் விடுகிறான்.

இனி இவன் தான் என் காதலன் என அவள் பாஸ்கரனை கட்டிப் பிடிக்க, ஓமக்குச்சி நரசிம்மன் மயக்கம் தெளிந்து மீண்டும் மயங்கி விழுகிறான்

இப்படி சுவர் ஏறுபவன் அவன் ஒருத்தன் தான் என ஏட்டையா தாடையை தட்டி, பேப்பர் நியூசை, நினைத்து பார்த்து பாஸ்கரனைப் பிடிக்க படிகளில் இளைக்க, இளைக்க ஓடுகிறார்.

அவனை பிடிக்க விடாது குண்டு பெண் தொப்பை ஏட்டய்யாவை துரத்துகிறாள்.... தப்பித்து ஓடிய பாஸ்கரன் அபார்ட்மெண்ட் மஸாஸ் சென்ட்டருக்குள் ஓடி ஒரு மார்வாடி குண்டு பெண் உடையை மாட்டிக்கொண்டு ஏட்டய்யாவுக்கு தண்ணி காண்பிக்கிறான்..

தப்பித்தும் விடுகிறான்..

செக் கொடுத்திருப்பது ஒரு சேவா சங்கம்....
நடத்துவது குமாரி கலா... நடிகை வாடிப்பட்டி ஊர்காரி..
பாஸ்கரனுக்கு உதவினாளா.. இல்லை சிலைக்கு விலையாய்

67

கொடுத்தாளா மனதில் ஆயிரத்தெட்டு சந்தேகம் திருடர்களுக்கு

திருடர்கள் காரைக்குடி காணாடு காத்தான் செல்கிறார்கள்... குமாரி கலா தங்கியிருக்கும் பங்களாவை இரவு அடைகிறார்கள். நடு இரவில் பங்களா உள் நுழைய அவர்கள் முயற்சிக்க ஸ்டண்ட் மாஸ்டர்களிடம் சிக்கி கொள்கிறார்கள்.

ஸ்டண்ட் மாஸ்டர்கள் இவர்களை தூக்கி பந்தாட செமத்தியா அடிவாங்கிக் கொண்டு இருட்டில் ஓடி மறைகிறார்கள்..

அங்கு பொருத்தப் பட்டிருந்த சிசிடிவி கேமராவில் அவர்கள் முகம் பதிந்து விடுகிறது. மறுநாள் கேமரா அவுட்டை குமாரி கலா வாங்கி வைத்துக் கொள்கிறாள்..

காவல் நிலைய கம்பளைண்டை தவிர்க்க சொல்லி விடுகிறாள்...

மீடியா தொந்தரவு செய்து நிம்மதி கொடுப்பார்கள் என்று...

அங்கே மருத்துவமனையில் ஒரு வாரம் கடந்திருந்தும், அமுதாவிற்கு என்ன தான் பிரச்சனை, என்ற முடிவுக்கு வர முடியவில்லை மருத்துவர்களால்...

ஆரம்பகட்ட பரிசோதனை செலவுகள் – ட்ரிப் ஏற்றுதல்... மாத்திரை செலவுகள்... ரூம் வாடகை அது இது என அமுதா அப்பாவின் கை பணம் செலவாகிக் கொண்டிருந்தது.

பார்க்க பாவமாய் ஆகிக்கொண்டிருந்தார் அவர்...

மூன்று மாதங்கள் கடந்திருந்த நிலையில் அங்கும் இங்கும் ஓடித் திரிந்த பாஸ்கரன் ஒருநாள் ஈசன் தலம் திருவண்ணாமலை வருகிறான்.

மீசையும், தாடியுமாய் உருமாறி இருப்பது மறைவு வாழ்க்கைக்கு துணையாய் இருக்கிறது அவனுக்கு

வழக்கம் போல் அன்றைய மாலை நாள் இதழ்களிலும் முக்கிய செய்தியாய், சிலை திருட்டும், குற்றவாளியை போலீஸ் நெருங்கி விட்டது எனும் தகவலும் · காவல் துறையைப் பொறுத்த மட்டில் குற்றவாளி இவன்தானே.

சுவாமி தரிசனம் முடித்து பொழுதைக் கடத்தி விட்டு ஊர் அடங்கும் நேரத்தில் தூரத்தில் தெரிந்த ஒரு மலை அடிவாரம் வருகிறான். அண்ணாமலையார் மலையை அங்கிருந்து பார்த்தால் எப்படி அற்புதமாய் தெரிகிறது. மேனி சிலிர்க்கிறது அவனுக்கு. இவன் இருக்கும் மலையின் பின்புறம் நோக்கி செல்கிறான்..

எச்சரிக்கை பலகைகள் அரை இருட்டில் தெரிகிறது.

"உயரமான குன்று... ஆட்கள் ஏற கூடாது- அபாயம்" இது தான் கொஞ்ச நாட்களை கடத்த சரியான இடம் என்ற முடிவு கொண்டவன்....

மளமளவென குன்றில் ஏறுகிறான்.....

"ஆபத்தான பெரும் பள்ளம்" எனும் போர்டு தெரிகிறது. மறுபுறம் ஒரு பெரிய மரமும், கொஞ்சம் சமவெளியும் தெரிகிறது. அங்கு செல்வோமே என நினைத்து அவன் திரும்ப, கண்ணில் பட்ட ஒரு காட்சி திகில் கொடுத்தது.

பெரும் பள்ளம் நோக்கி ஒரு உருவம் நடந்து செல்ல திகில் கூடுகிறது. அது ஒரு ஆண் என்பது அரை இருட்டில் தெரிகிறது

அவன் இன்னும் சற்று நடந்தாலும் பள்ளத்தில் விழுந்து உயிர் இழப்பது நிச்சயம்....

அவன் நோக்கமும் அதுவாய் தெரிகிறது. அப்படியொரு விரக்தியான நடை... அப்படியொரு கிழிந்த ஆடை தாடி அடபாவமே என்று ஒரே தாவில் அவன் அருகில் சென்றவன் கடைசி நொடியில் அவனை இழுத்து மேட்டிற்கு தள்ளுகிறான். இப்படியொரு இருட்டில் அச்சம் தரும் தனிமையில் இதை சற்றும் எதிர்பார்க்காத அந்த ஆள் பீதி கொள்கிறான். பாஸ்கரனை வெறித்து பார்க்கிறான்.

என்னை சாகவிடு என்று முணங்களுடனே முரட்டுதனமாய், இவன் பிடியினின்றும் திமுறுகிறான். திமிர முடியவில்லை என தெரிய தாக்க தொடங்குகிறான். அவன் சாக வேண்டும் என்பதில் வெறி கொண்டு இருக்கிறான் என்பதையறிந்த பாஸ்கரன் இனி வேறு வழியில்லை என்ற முடிவுக்கு வந்து அவனது நெற்றிப் பொட்டிலும் காதுக்கு கீழும் மயக்கம் தரும் ஒரு அடி கொடுக்கிறான்..

அவன் மயங்கி சரிய, அவனை தோளில் தூக்கிய பாஸ்கரன் மளமளவென அடிவாரம் வருகிறான். தூரத்தே ரமண ஆஸ்ரமம் தெரிகிறது. அவன் நல்ல நேரம், சிறு குடிசை முன்னே குதிரை ஒன்று நிற்கிறது. மயங்கியவனையும் தூக்கிப் போட்டுக் கொண்டு ரமணா ஆஸ்ரமம் நோக்கி செலுத்துகிறான் குதிரையை.

ரமணா ஆஸ்ரமம்... தூரத்தில் மெயின் ரோட்டு மின் விளக்கு ஆஸ்ரம நுழைவு வாயிலில் அரைகுறையாய் வெளிச்சம் கொடுத்துக் கொண்டிருந்தது

சாமியார் போன்ற ஒருவர் அந்த நடுநிசி நேரத்தில் தூக்கமின்றி நடை பயிற்சியில் இருந்தார். ஆஸ்ரமம் அருகிலுள்ள ஒரு குடிலில்.

தூரத்திலேயே குதிரையை ஓரம் கட்டிவிட்டு மயக்கத்தில் இருந்தவனை தோளில் தூக்கிக் கொண்டு சாமியாரை நெருங்கினான் பாஸ்கரன்.... அவர் அருகில் இருந்த திண்டில் மயக்கமுற்றவனை கிடந்த யார் இந்த நடுநிசியில் என்று மிரட்சியுடனே பாஸ்கரனை அவர் பார்க்கிறார்.

பாஸ்கரன் அவரைப் பார்க்க, மின்சாரம் பாய்ந்த அதிர்ச்சி அவனுக்கு....

ஓ.. இது அந்த கோவில் பட்டர் அல்லவா மின்னலாய் புத்தூர் கோவிலும், ஸ்டோர் ரூமும் மனக்கண்முன் வந்து நிற்கிறது. அவர் மிரட்சியிலிருந்து இன்னும் மீளவில்லை அவனை அடையாளம் காண முயல்கிறார்.

சாமி என்னை தெரியலயா.... அவன் அன்று சந்தித்ததை சொல்கிறான்.

உடலெங்கும் புல்லரிக்க "என் உயிரை காப்பாத்துனவன் ஆச்சே" என ஆச்சர்யம் கொண்டவர் பின் இயல்புக்கு வருகிறார்....

"செய்தித் தாள்கள் மூலம் தெரிந்து கொண்டேன் பா! இன்று நீ தேடப்படும் குற்றவாளி பாஸ்கரன். இது யாரப்பா

அவர் கேட்கவும் தான்....

மயக்கமுற்று கிடந்தவனை நன்றாய் முகம் பார்த்தான் பாஸ்கரன். அய்யரிடம் நடந்ததை சொன்னான்.

"கொஞ்ச நேரத்தில் மயக்கம் தெளிந்திடும் சாமி. அவனுக்கு புத்திமதி சொல்லி இங்கேயே இருக்கச் சொல்லுங்கள் அவன்

மனம் மாறும் வரை என்ன காரணமோ.... அவனது இந்த தற்கொலை முயற்சிக்கு..

அது சரி.. நீங்கள்."

"மன நிம்மதிக்காய் இங்கு வந்து விட்டேன்."

"நீங்கள் முக்கிய சாட்சி ஆயிற்றே..." விசாரனை போய்க் கொண்டு தான் இருக்கு" உன் சந்தேகம் தெரிகிறது. போலீஸ் அனுமதியுடன் தான் இங்க இருக்கேன்..

வாரம் ஒரு முறை இங்க ஸ்டேஷன்ல கையெழுத்தும் போடனும்.. திடீர் திடீரென வந்தும் பார்த்து செல்வார்கள் பெரும்பாலும் இரவு ரோந்து வரும் போது...

" ஓ நான் புறப்படுறேன் சாமி " நகர்கிறான்..

" ஒரு நிமிஷம் பாஸ்கரா..

நீ அன்னைக்கு வாய் கட்ட அவிழ்த்து விட்டு, ஒரு டம்ளர் தண்ணி கொடுக்கவும் தான் என் உயிரே நின்னது.

உனக்கு சீக்கிரம் நல்ல காலம் வர கடவுள் துணை இருப்பான். அதுசரி சிலையை நீ திருடல போலீஸ்ல சரண் அடைஞ்சு நடந்தத சொல்ல வேண்டியது தான்......

நடுராத்தியில கோயில் வந்த குற்றம் மட்டும்தான், அப்ரூவரா மாறு அதுவும் நீ அப்ரூவரா ஆகிட்டா மிகக் குறைந்த தண்டனை தான்..

என்னைக்காவது ஒரு நாள் போலீசே சிலையை கண்டு பிடிச்சிடும்.... உனக்கும் திருட்டுக்கும் சம்பந்தமே இல்லைன்னு ஊருக்கு தெரிஞ்சிரும்...."

"செஞ்சதே போலீஸ் துனையோட அப்புறம் போலீஸ் எப்படி கண்டு பிடிக்கும்! "

அவனை அதிர்ச்சியோடு பார்க்கிறார். கோவில் பட்டர்.

" என்ன சொல்ற."

"அன்னைக்கு பொறுப்புல இருந்த இன்ஸ்பெக்டர் அவ்வளவு சீக்கிரம் ஏன் வெளியேறணும் "

அய்யா கண்முன்னே இன்ஸ்பெக்டர் வெளியேறும் காட்சி இப்ப மூளையை கிளர்கிறது.

"ஓ....கேமராவுல எல்லாம் இருந்ததா பாஸ்கரா".

"இருந்தது கேமராவ நான் கைப் பற்றியது கடவுள் சித்தம்

"இப்ப கேமரா..?"

"ரொம்ப பத்திரமா இருக்கு"

நீ சொல்றதும் சரிதான். காவல் துறையிலிருந்து பாதுகாப்புக்குன்னு வந்த அந்த இன்ஸ்பெக்டர் இருளாண்டி கூட பார்க்க நல்லவனால் தான் இருந்தான்..

போலீசு நம்ப முடியாது.... அப்புறம் உன் திட்டம்? சிலையை திருடுற அளவுக்கு உனக்கு என்ன நிர்பந்தம்...? எங்கிட்ட சொல்லலாமா.....?

பாஸ்கரன் சொல்கிறான்.... அமுதாவை... அவள் நோயை.... பணத்தேவையை

"அமுதாவின் நோய் முழுசா குணம் ஆகணும்... சிலை திருடிய கயவர்களை கண்டு பிடித்து சிலையை மீட்க வேண்டும்"

வைராக்கியமான வார்த்தைகள் அவனிடத்தில்

"கடவுள் அருள் உனக்கு... உன் நல்லெண்ணம் நிறைவேறும். கொஞ்ச நாள் இந்த அண்ணாமலையில் மறைந்து திரிய ஆண்டவன் கட்டளை இட்டதாக எண்ணிக் கொள். இந்த மலையில் கன்னி மூலையில் ஒரு உச்சி மேடு இருக்கிறது. அங்கு எளிதில் கண்ணுக்கு தெரியாத ஒரு குகையில் முனிவர் ஒருவர் இருக்கிறார்.

தீராத நோயையும் தீர்க்கும் வல்லமை அவருக்கு உண்டு... உன் கண்ணுக்கு அவர் தெரிந்தால் உனக்கு அவர் அருள் கிடைத்தாய் கொள்ளலாம்.

அப்புறம் நடப்பதெல்லாம் உன் நன்மைக்கே விசுவாசமாய் அவரை பார்த்துவிட்டுப் மெதுவாய் அவன் நடக்கிறான்... கன்னிமூலை உச்சி மேடு கண்ணுக்கு தெரியாத குகை என அவன் உதடுகள் உச்சரித்துக் கொள்கிறது.

மேலும் ஒரு மாதம் கடர்ந்திருக்கிறது. ஒருபுறம் பாஸ்கரனை கொள்ளையர் தேடித் திரிகிறார்கள். பத்து லட்சம் பெரிதல்ல அவன் வேண்டும். அவனை வைத்து எவ்வளவோ செய்ய வேண்டியதிருக்கு.... அவர்களுக்கு.

சதுரகிரி மலையிலும், சுருளி மலையிலும் மறைந்து கிடக்கும் சிற்பங்கள், சிலைகள், ஏராளம் என அவர்களுக்கு தகவல் வர, அவனை தேடி வெறி கொண்டு அலைகிறார்கள்..

அமுதாவை பார்க்க அவன் எப்படியும் வருவான் என மருத்துவமனையை கண்காணிக்கிறார்கள்.

மற்றொருபுரம் போலீஸ் தேடுதல். அவர்களுமே மருத்துவமனையை கண்காணிக்கிறார்கள். பாஸ்கரன் அங்கு எப்படியும் வருவான் என்று

"திருவண்ணாமலை கன்னிமூலை உச்சி யாரும் ஏற முடியாத மலைக் குன்று.." உயிரை பணயம் வைத்து திரிகிறான் பாஸ்கரன்...

"எளிதில் கண்ணுக்குத் தெரியாத குகை.முனிவர் - நோய் தீர்க்கும் வல்லவர்!.."

இப்போதெல்லாம் அவன் செவிகளுக்குள் ஒலித்திக் கொண்டே இருக்கிறது.. கோவில் பட்டர் சொன்னது...

31

ஒரு நாள் மருத்துவமனையில் பெட்டில் படுத்திருந்த அமுதா கண் விழிக்கிறாள்

பழையனவெல்லாம் அறை பாதியாய் அவள் நினைவுக்கு வருகிறது.. நோய் வாய்ப்பட்ட தருணத்தில், ஆரம்ப நாட்களில் காய்ச்சல்... பின் கடும் காய்ச்சல், படுக்கையினின்றும் எழுந்திருக்கக் கூட முடியாத நிலை தேகம் மெலிந்து... முடி கொட்டி.... காதலன் பிரதீப், அவனது அப்பா, அவன் அம்மா நிழலாய் நினைவுக்கு வருகிறார்கள்..

டாக்டரின் உருவம்.... அவர் மாத்திரைகளை தன் வாயில் ஒவ்வொன்றாய் போடுதல் ஊசியில் மருந்தை ஏற்றுதல்.. தன் தோளில் ஊசி போடுதல். எல்லாமே.. நிழலாய்... நிழலாய் ...

இப்போது கண்கள் கசிகின்றன.... மருத்துவமனைக்கு கொண்டு வந்து அப்பா சேர்க்கிறார்... ம்.. அது அப்பா தான்.. அங்குமிங்கும் பார்க்கிறாள். மெதுவாய் எழுந்து பக்கத்தில் இருந்த மேஜை அருகில் செல்கிறாள்.

மருந்து மாத்திரைகள் நோயாளியின் பிரஸ்கிரிப்ஷன் கிடக்கிறது. அதனை திறந்து படித்து பார்க்கிறாள்.. மருத்துவர்களுக்கு மட்டுமே புரியக்கூடிய அது அவளுக்கு புரியவில்லை... ஒரிரு வார்த்தைகள் தெரிகிறது....

அரைகுறையாய் தனது செல்போனை எடுத்து நெட்டில் மருத்துவம் தொடர்பான பக்கங்களுக்கு சென்று புரிந்து கொள்ள முயல்கிறாள்..

"ஒவ்வாத மருந்துகளால் வரக்கூடிய நோய்கள், நாட்கள் செல்லநோய் தீவிரம் கூடும். படுக்கையில் விழச் செய்யும், உடல் மெலிவுற்று மீண்டும் எழமுடியாத நிலை உண்டாகும்.. உயிர் போகாத சித்ரவதையை நோயாளி உணர்வார்.. படித்து பார்த்தவளுக்கு பேரதிர்ச்சி. மீண்டும் அவள் கண் முன்னே.. ஓர் உருவம்..மருந்துகள் கொடுக்கிறது... ஊசி போடுகிறது...

அது காதலன் அப்பா அந்த டாக்டர் அல்லவா...

யூகிக்க முயல்கிறாள்..அது கண்முன்னே இருந்து விலக மறுக்கிறது. அவர் தான்-மனம் சொல்கிறது.

தாள்கள் சற்றே நடுவி கீழே விழ குனிந்து எடுக்கிறாள்.....

அது மருத்துவமனை ரசீது பத்து லட்சம் கட்டியதற்கான ஒப்புமை ரசீது. ஓரிரு நிமிடங்கள் பார்க்கிறாள்... நோயாளியின் பெயர் அமுதா...

பத்து லட்சம் செக் கொடுத்திருப்பது. குமாரி கலா சேவா சங்கம் என்றிருக்க... வியப்பு அவளுக்கு. வெளியில் சென்றிருந்த அமுதாவின் அப்பா அப்போது உள் நுழைகிறார்... அமுதாவின் கையில் பத்து லட்சத்திற்கான ரசீது அமுதாவின் கண்களில் ஆயிரம் கேள்விகள்...

" இது..."

" ஆமாம்மா..."

" குமாரி கலா நடத்தும் சேவா சங்கம் தான் பணம் கொடுத்து நோயைக் குணப்படுத்த பத்து லட்சம் கட்டச் சொன்னார்கள் உன் உயிரைக் காப்பாற்ற எங்களுக்கு வேற வழி தெரியல...

பாஸ்கரன் தான் சேவா சங்கத்தின் உதவியை நாடி" தயங்கி, தயங்கி சொன்னவர் சற்றே நிறுத்த...

"மாமா இப்ப எங்கப்பா "

அமுதா அப்பாவுக்கு உடலெங்கும் பூரிப்பு அவள் விபரம் அறிந்த நாள் முதலாய் இன்று தான் பாஸ்கரனை மாமா என்று அழைத்திருக்கிறாள்..

வழக்கம் போல் 'தப்பு ' ஆட போயிருக்கான் மா... மகளிடம் சொல்லும் பொய் மனதை குத்துகிறது.

"எனக்கு என்ன தான் நோய்ப்பா" என்னவென்று சொல்ல முடியாத நிலையில் அவர் விழிகளில் கண்ணீர்.

அவள் குலுங்கி அழுகிறாள்... அதை காண சகிக்க முடியாதவராய் அவர் மெதுவாய் அறையினின்றும் வெளியேறி ஹாலில் போடப்பட்டுள்ள நாற்காலியில் சோகமாய் அமர்கிறார், கண்ணீரை துடைத்துக்கொண்டு...

அறை உள்ளே அமுதா, தனது பெரிய பேக் ஒன்றை எடுக்கிறாள். திறந்து போட்டோ ஆல்பம் ஒன்றை எடுக்கிறாள். அதனுள்ளே சில போட்டோக்கள். காதலனுடன் தான் இருப்பது, சில அவன் மட்டும், சில அவனுடன் அவன் அம்மா, அப்பா படங்கள் ஒவ்வொன்றாய் பார்த்துக் கொண்டிருந்தவள்...

குடும்ப போட்டோவில் இருக்கும் அவன் அப்பா முகத்தை வெறித்து பார்க்கிறாள். அவள் கண் முன்னே மீண்டும் நிழலாய் அவர் மருந்து மாத்திரை கொடுப்பதும், ஊசி போடுவதும் காட்சிகளாய் ஓட அவள் கண்களில் மிரட்சி... கண்களில் ஒரு வித பயம். பைக்குள் இருக்கும் ஒரு டைரியை விரித்து மெதுவாய் படிக்கிறாள்.

தன் காதலன் பிரதீப் மீது தான் கொண்ட காதலை வரிகளில் வர்ணித்து தான் எழுதி வைத்திருப்பதை.

சில பக்கங்களுக்கு பின் ஒரு நாள் டைரியில்.

"என்ன ஆயிற்று எனக்கு உடல் சோர்கிறதே.

இரண்டு நாட்களுக்கு பின்" என்ன இது விஷக் காய்ச்சலா என்னமாய் படுத்துகிறது"

பத்து தினங்கள் கழித்து, "கடவுளே.. படுத்த படுக்கையாய் வைக்கிறதே."

இருபது தினங்கள் கழித்து டைரி கூட எழுத முடியாமல் கைகள் ஏன் இப்படி நடுங்குகிறது.

ஒரு மாதம் கழித்து நாளை – அதன் பின் இந்த டைரியைக் கூட எழுதமுடியுமா,..?

"துப்பாக்கி பிடித்த கைகளா.. இவை..."

அதன் பின் டைரியின் பக்கங்கள் வெறுமையாய். இப்போது, எல்லாவற்றையும், பைக்குள் போட்டவள்... நிற்க திராணி இன்றி பெட்டில் சரிகிறாள்...

"மருத்துவமனை – தலைமை டாக்டர் உங்களை வரச் சொல்கிறார்" என அமுதா அப்பாவிடம் நர்ஸ் ஒருவர் வந்து சொல்கிறார்.

அவரது அறைக்குள் நுழைகிறார்.

பெட்ல இருந்து எழுந்திருக்கவே முடியாத நிலையில் அமுதாவ அட்மிட் பண்ணுனனங்க

இப்ப கொஞ்சம் தள்ளாடியாவது நடக்குறா... நினைவு கூட ஒன்றுக்கு. பாதி பரவாயில்ல...

பழசெல்லாம் முழுசா மறந்திட்ட நிலையில தான் கொண்டு வந்தங்க... இப்ப கொஞ்சம் இம்ப்ரூவ் மெண்ட் அப்ப அப்ப கொஞ்சம் நினைவுக்கு வருது.

எல்லா வித டெஸ்ட்டும் பண்ணிப் பாத்தாச்சு முழுசா ஒரு முடிவுக்கு வர முடியல மருத்துவத்துல சொல்லியிருக்கிற எல்லாவித மருந்துகளும் கொடுத்தாச்சு... இனி புதுசா ஒரு மருந்து இல்ல" இதனை ஆங்கிலமும் கலந்து அவர் சொல்ல, பக்பக்கென அடித்துக் கொள்கிறது அவர் மனம் பீதியுடனே கேட்டுக் கொண்டிருக்கிறார்...

"ஸோ இனி நீங்க இங்க இருந்து ட்ரீட்மெண்ட் பார்க்கணும்னு இல்ல... ஒபியா வந்தா போதும்.."

"அய்யா என்ன சொல்றங்க..?"

"வாரம் ஒரு தடவை வந்து காண்பிச்சிட்டு போனா போதும் செலவும் குறையும் "

"முழு குணம்...?"

"அது ஆண்டவன் கைல தான்" மேலும் மருத்துவ பாஷையில் ஏதேதோ சொல்கிறார்...

அரை உயிராய் வெளி வருகிறார் அமுதா அப்பா..

இரு தினங்கள் கழித்து அமுதா அப்பாவின் செல்போன் ஒலிக்கிறது. பேசுவது பாஸ்கரன்...

அவன் அமுதாவின் உடல்நிலை முன்னேற்றம் பற்றி கேட்க..

மருத்துவர்கள் சொன்னதை அவர் சொல்கிறார் . அழுகையுடனே.. பாஸ்கரன் முகத்தில் சோகம் அப்புகிறது....

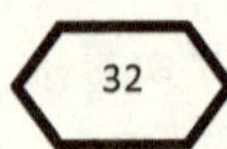



ஒரு நாள் மாலை நேரம்... மலை முகட்டினில் சூரியன் முகம் மறைத்துக் கொள்ள... திருவண்ணாமலையில் இருள் கவிழத் தொடங்குகிறது. மலை உச்சியில் அலைந்து திரிந்த

பாஸ்கரன் சோர்வாய் கீழ் விழுந்து கிடக்க.. மரத்திலிருக்கும் குரங்குகள் பாவமாய் அவனை பார்க்கின்றன..

இருள் வருவதை சொல்கின்றன பறவைகள், தங்கள் கீச்சு மொழியில். யாரோ ஒரு குச்சியால் தன் கைகளில் இதமாய் வருடுவதை உணர்ந்து திடுக்கிட்டு கண் விழித்து இடுப்பில் சொருகியிருக்கும் சூரிக் கத்தியை விருட்டென எடுக்கிறான்.

ஆனால் நிற்பது ஒரு துறவி என அறிகிறான். அவர் கண்களில் ஞான ஒளி சூரிக்கத்தியை கீழே போடுகிறான். இவன் மேனி எங்கும் ஒரு சிலிர்ப்பு திடீர் குளிர் காற்றை உணர்கிறான்...

"அய்யா தாங்கள்?" என அவன் நா தழுதழுக்கிறது

"தேடினாய் வந்தேன்" என்கிறார் துறவி...

தான் தேடி வந்தது இவரைத்தான் என அறிந்து கொண்டவன் சாஷ்டாங்கமாய் அவர் பாதம் பணிந்து எழுகிறான்...

"சொல்-உயிரைப் பணயம் வைத்து வந்திருக்கிறாய். உனக்கு என்ன வேண்டும்."

சொல்கிறான் சுருக்கமாய் அமுதாவின் உடல் நோயை... மருத்துவர்கள் சொன்னதை...

"இந்த உச்சிமலை தான் என் வாசஸ்தலம் வேறங்கும் வர என்னால் இயலாது... ஆனால் உன்னால் அவளை இங்கு கூட்டி வர முடியும். ஆண்டவன் அந்த திறனை உனக்கு கொடுத்திருக்கிறான் வரும் அமாவாசை கடந்த பின் அவளை அழைத்து வா...கொஞ்சம் எளிதாய் இருக்கும் "

கையில் வைத்திருந்த கோலினை அவன் நெற்றியில் வைத்து ஆசீர்வதிக்கிறார். ஒரு அருட் பார்வையுடனே. மாய பிம்பம் போலும் குகை நோக்கி நடந்து சென்று விடுகிறார்...

உச்சிமலையிலிருந்து இறங்கிய பாஸ்கரனுக்கு மாமா சொன்னது கண்முன்னே ஓடிக்கொண்டேயிருந்தது.

மருத்துவமனையில் சொன்னதை மாமா சொல்லியதிலிருந்தே காதில் ஒலித்துக் கொண்டேயிருந்தது அது.

"இனி கடவுள் கையில்.. நீங்கள் வீட்டிற்கு அழைத்துச் செல்லலாம். புறநோயாளியாக வந்து காண்பித்து சென்றால் போதும்"... எங்களால் முடிந்தது இவ்வளவு தான் என்பதை சொல்லாமல் சொல்லிருக்கிறார்கள் என அவன் மனம் உணர்கிறது. போன் எடுத்து மாமாவிடம் பேசுகிறான். உச்சி மலை சுவாமிகள் பற்றி கூறி திருவண்ணாமலை வரச் சொல்கிறான் அவரை அமுதாவுடன்.

"இருந்தாலும் என் மனசுல ஒரு சந்தேகம் மாமா அமுதா நான் சொல்வதை கேட்பாளா. உச்சிமலை சாதுவிடம் செல்ல என்னுடன் வருவாளா...?"

"வருவா பாஸ்கரன்.. உன்னைக் கேட்டாய்க் கூட சொன்னேனே... உன் விஷயத்துல அவ முன்ன மாதரி இல்ல.. நாங்கள் திருவண்ணாமலையில் எங்க வந்து சேரணும்... உன்னை எங்க சந்திக்கணும் ..?

"கோவில் உள் பிரகாரத்தில் தெப்பத்தை ஒட்டிய வெட்ட வெளியில் சந்தித்துக் கொள்வோம். நான் காத்திருப்பேன் மாமா... நாளை அதிகாலை புறப்படுங்கள்... இருட்டும் முன் இங்க வந்துரலாம்...."

கடவுளே.. நீயே கதிண்ணு அண்ணாமலையாரை வணங்கி விட்டு நான் அமுதாவை.. உச்சிமலை கூட்டிட்டு போறேன்.. அமுதாவின் அப்பா, அமுதாவுடன் பஸ்ஸில் பயணிக்கிறார்...

&

மாலை நேரத்தில் அவர்கள் கோவிலில் சந்தித்துக் கொள்கிறார்கள். அமுதாவிடம், மாமா தனக்காக, எப்படியெல்லாம் கஷ்டங்களை சந்திக்கிறான் எனும்

கனிவும், நன்றியும் தெரிகிறது அண்ணாமலையாரை வணங்குகிறார்கள்.

"நான் பூரண குணம் அடைவேனா. என அமுதா கேட்க ,- பரிவுடனே

"நிச்சயம் அமுதா... நீ நினைத்த வாழ்க்கை உனக்கு கிடைக்கும் .. உன் மனதிற்கு பிடித்தவனுடனும், ஒரு ஐ.பி.எஸ் ஆபிசராகவும்... நீ வாழ்க்கையில் நிறைவு காண்பாய்" என்கிறான் பாஸ்கரன்..

அமுதாவின் அப்பா ஊருக்கு திரும்ப பஸ் ஏறுகிறார். பாஸ்கரனும், அமுதாவும் இருட்டினில் நடந்து உச்சிமலை ஏறும் இடம் செல்கிறார்கள்..

நடுநிசி தாண்டிய இருட்டு. வாடிபட்டியில் தன் வீட்டருகே இருக்கும் பஸ்டாப்பில் பஸ்ஸை நிறுத்த சொல்லி இறங்குகிறார் நீர்காத்த லிங்கம். ஆள் அரவமற்ற கும் இருட்டில் நாலு எட்டு வைத்த அவரை பாஸ்கரனை தேடி திரிந்த கொள்ளையர் குண்டு கட்டாய் தூக்கி ஒரு வாகனத்தில் ஏற்றி கடத்தி செல்கிறார்கள்.

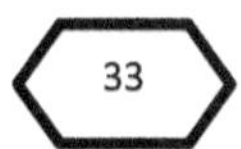

நடு இரவில் செங்குத்து மலை ஏற்றம்... பூரண குணம் பெறாத அமுதாவை ஒரு குழந்தை போலும் கைத்தாங்கலாயும் உச்சி மேட்டில் தூக்கி சுமந்தும் மலை ஏறுகிறான் பாஸ்கரன்.

அக்கா அன்னத்தாயின் நினைவுகள் அசுர பலம் கொடுக்க அவள் தன் செல்ல மகளை பூவாக உணர்கிறான் அவன்.

கரிய இருட்டில் யாரோ ஆள் வரும் சத்தம் கேட்க.... சொல்லி விட்டு சென்றது போல் அவன் தான் வருகிறான் என்பதை

அறிகிறார் சாது.. குகையினின்றும் தீப்பந்தத்துடனே வெளி வருகிறார்....

சாதுவின் கால்களில் விழுந்து வணங்குகிறாள் அமுதா... அவளை ஆசிர்வதிக்கிறார் சாது.

"முழு நம்பிக்கையுடன் வந்திருக்கிறோம் குருவே.... இனி எல்லாம் உங்கள் கைகளில், தங்களால் முழு குணம் அடைந்து, தங்கள் தகவலுக்குப் பின் அமுதாவை நான் வந்து கூட்டிச் செல்ல வேண்டும்.. இப்ப எனக்கு விடை கொடுங்கள் சுவாமி " என பாஸ்கரன் சொல்ல..

"இது இறைவன் திருத்தலம்.... நீயும் இங்கே இருக்கலாம்" என்கிறார் அந்த சாது.

"எனக்கு சில கடமைகள் இருக்கு சுவாமி... அமுதா குணம் அடைந்த செய்தி கிடைத்தவுடனே நான் வந்து கூட்டிச் செல்வேன்..."

அவனை அவர் மீண்டும் ஆசிர்வதிக்கிறார். பாஸ்கரன் இருட்டில் நடந்து மறைகிறான்..

மலையிலிருந்து இறங்கியவன் மாமாவிடம் விஷயத்தை சொல்ல அவருக்கு போன் செய்கிறான். அது ஸ்விட்ச் ஆப் என வருகிறது.

நாட்கள் கடர்கின்றன மருத்துவத்திற்கு கட்டுப்படாத அமுதாவின் நோய் அந்த ஞானியின் மகத்துவத்தாலும் அவர்தம் அரிய மூலிகை வைத்தியத்தாலும் குணம் காண ஆரம்பிக்கிறது.

உயர்நிலை போலீஸ் ஆபீசர்ஸ் மீட். உயர் அலுவலர் ஒருவர் அமர்ந்திருக்க அவருடன் மேலும் ஐந்து அலுவலர்கள் பவர் பாயிண்ட் பிரசன்டேஷன் நடக்கிறது. சிலைகள் திருடப்பட்ட

வெவ்வேறு ஸ்தலங்கள், வெவ்வேறு நிகழ்வுகள் தேதி வாரியாக பிரசன்டேஷன் இறுதியில் உயர் அலுவலர் ஒருவர் பேசுகிறார்.

"இவ்வளவு நடந்திருக்கு ஒரு சம்பவத்தில் கூட விசாரணையில் எந்த துப்பும் கிடைக்கல, ஒன்று மட்டும் தெரிகிறது. ஒரு பெரிய இடம், ஆள்பலம் அதிகாரபலம் எல்லாமும் அங்கு இருந்தது தான் திட்டங்களும் உத்தரவுகளும் கொடுக்கப்படுகிறது. அதை செயல்படுத்த பல நிலையில் ஆட்கள் கச்சிதமாய் காரியத்தை முடித்த பின் சிலைகள் அந்த பெரிய இடத்துக்கு கொண்டு செல்லப்பட்டு அதன் பின் நம்ம நாட்டை விட்டே போய் விடுகிறது பல லட்சங்கள் டீல் பேசப்படுகிறது பின் கைமாறுகிறது.

"ஸார்..."

"சொல்லுங்க மிஸ்டர் புவன் "

"எல்லாம் செய்வது ஒரு டீம் தானா சார்...?"

"குட் கொஸ்டின் நமக்கு கெடச்ச தகவல்களின் படி ஒன்றுக்கு மேற்பட்ட டீம் இருப்பதாய் தெரிகிறது அதுமட்டும் இல்ல பெரிய லெவல்ல நடந்த ஒரு திருட்டுல ஒரே ஒரு அடிமட்ட ஆள் புகைப்படம் மட்டும் கெடச்சிருக்கு இதோ.." பவர் பாயிண்டில் போட்டோ காண்பிக்கப்படுகிறது.

இவனும் தலைமறைவாய் திரிகிறான். ஸோ இது ஒரு சேலஞ்ச் இவன் பிடிபட்டால் நிறைய மர்மங்கள் விளங்கும் உயிருடன் பிடிங்க.

இவன் நமக்கு கெடச்சுருக்குற ஒரு சிறு துரும்பு. நெக்ஸ்ட் மன்த் மீட்டிங்குக்கு முன்ன நிறைய முன்னேற்றங்களை எதிர்பார்க்கிறேன். நவ் யூ கேன் டிஸ்பர்ஸ்

இன்னமும் பவர் பாயிண்ட்ல தெரிகிற அந்த போட்டோவை நிலைகுத்தி பார்த்துக் கொண்டே ஒரு ஆபிஸர் செல்கிறார்.

இரவு நேரம்... மாமாவை போனில் தொடர்பு கொள்ள மீண்டும் முயற்சிக்கிறான் பாஸ்கரன் நம்பர் உபயோகத்தில் இல்லை என்று வருகிறது. திகைப்பாய் இருக்கிறது அவனுக்கு அவர் செல்தான் அடிக்கடி ரிப்பேர் ஆகுமே வழக்கம் போல் சர்வீஸிக்கு கொடுத்திருப்பார் என நினைத்துக் கொள்கிறான்.

உச்சி மலையில் அந்த சாதுவிடம் அமுதாவை விட்டு விட்டு ஒரு முடிவுடனே கீழே இறங்கியதிலிருந்தே பாஸ்கரன் மனதிற்குள் ஓடிக்கொண்டிருந்தது.....

அன்று கொள்ளையர்கள் சிலையை கொள்ளையடிக்க தன்னை இழுத்துச் சென்ற புத்தூர் கோவில். தேனி மாவட்டம் புத்தூர் பெயர் பலகைகள் தன் கண்முன்னே வந்து நிற்க..... பத்து மணி நேர பயணத்தில் மாவட்ட தலைநகர் தேனி அடைகிறான்.

அன்று கோவில் பட்டர் சொன்ன அந்த இன்ஸ்பெக்டர் பெயர் இருளாண்டி மனதிற்குள் வந்து நிற்க.....

மாவட்ட எஸ்.பி அலுவலகம் அருகே செல்கிறான்.

எஸ்.பி அலுவலக காம்பெளண்ட் வெளியே மரத்தடியில் இருந்த டீக்கடை ஒன்றில் போய் அமர்கிறான்.

"ஒரு டீ..." டீக்கடைக்காரருடன் சாதாரணமாய் பேச்சு கொடுத்துக்கொண்டே இன்ஸ்பெக்டர் இருளாண்டி ஐயா இப்ப எங்க சர்வீஸ் பண்றாரு என கேட்கிறான்.

"ஓ இருளாண்டி ஐய்யாவா... சின்னமனூர்ல சர்வீஸ் பண்றாரு... இன்னைக்கு எஸ்.பி மாவட்ட லெவல்

மீட்டிங் வைச்சிருக்காருல்ல..... எல்லா இன்ஸ்பெக்டரும் வந்துருவாங்க மீட்டிங் முடிஞ்சு இங்கேயே அவரை பார்க்கலாம்யா...."

சில நிமிடங்கள் செல்கிறது. டீ குடித்து முடிக்கிறான்.

"அதோ அது இருளாண்டி ஐயா வண்டிதான்."

கடைக்காரர் சொல்ல, கேமராவில் பார்த்த இன்ஸ்பெக்டரை அடையாளம் உறுதி செய்து கொண்டு எஸ்.பி ஆபிஸ் கேம்பஸில் ஒரு ஓரமாய் போய் நின்று கொள்கிறான்.

இருளாண்டி மீட்டிங் செல்கிறார்.

எஸ்.பி ஆபிஸ் கேம்பஸ். மாலைநேரம் கடந்து சூரியன் மறையும் நேரம். இன்ஸ்பெக்டர் இருளாண்டியின் ஜீப் டிரைவர் பாத்ரூம் நோக்கி வருகிறார்.

மறைந்து நின்ற பாஸ்கரன் பின் புறமாய் டிரைவர் பிடரியில் தாக்க மயங்கி சரிகிறார் ட்ரைவர். அவரை இழுத்துக்கொண்டு ஒரு பழைய பாத்ரூம் உள்ளே சென்ற பாஸ்கரன் அவர் யூனிபார்ம் மாட்டிக்கொண்டு பாத்ரூம்

உள்ளே அந்த டிரைவரை போட்டு வெளிப்புறம் பூட்டி ரிப்பேர் என்னும் போர்டை தூக்கி வைக்கிறான். டிரைவர் வாயில் துணியை திணித்து விடுகிறான்.

இன்ஸ்பெக்டர் இருளாண்டி மீட்டிங் முடிந்து ஜீப்பில் வந்து அமர்ந்து கொள்கிறார்.

மீட்டிங்கில் இருக்கும் போது தன் மனைவியிடமிருந்து வந்திருந்த ஒரு போன் மிஸ்டு காலில் இருக்க மனைவியிடம் பேசுகிறார். ஜீப் நின்றுகொண்டிருந்த மரங்கள் அடர்ந்த அந்த இடம், ஆள் தெரியா இருட்டான நிலை இப்போது.

டாய்லெட் உள்ளே கை கால்கள் கட்டப்பட்டு கிடந்த இன்ஸ்பெக்டர் டிரைவருக்கு போன் வருகிறது.

சைலன்ட் மோட் என்பதால் வெளியே சத்தம் கேட்கவில்லை.

கால் வந்தது தெரிந்தும் கை கால்கள் கட்டப்பட்டு இருந்ததால் டிரைவரால் அட்டென்ட் பண்ண முடியவில்லை.

கால் போட்டது இன்ஸ்பெக்டரை ரிசார்ட்டில் சந்திக்க திட்டமிட்டிருந்த கொள்ளையர் ஆட்கள்.

அவர்கள் வழக்கமும் அது தான்.... இன்ஸ்பெக்டருக்கு போடுவதில்லை. டிரைவரை தொடர்பு கொள்வார்கள்.

அடுத்தடுத்து கால் போட்டு டிரைவர் எடுக்காததால் ஏதோ அசம்பாவிதம் என சந்தேகம் கொள்கிறார்கள். ஆனால் எப்போதும் போல் ஒருவர் மட்டும் கிளம்பாமல் இருவர் ரிசார்ட்டுக்கு கிளம்புகிறார்கள்.

செல் பேசி முடித்த இன்ஸ்பெக்டர் இருளாண்டிக்கு பாஸ்கரன் விரைப்பாய் ஒரு சல்யூட் அடிக்க அரையிருட்டில் விறைப்பாய் நின்று சல்யூட் அடித்த பாஸ்கரன் முகத்தை பார்க்காமலே

"போகலாம் பொன்னையா" ன்னு பந்தாவாய் சொல்கிறார்.

ஜீப்பில் நடு சீட்டில் அவர். காம்பவுண்டை விட்டு ஜீப் வெளியேறுகிறது.

"டி.எஸ்.பி கிட்ட ரெண்டு நாள் லீவ் சொல்லிட்டேன் வண்டிய நேரா காட்ரோடு ரிசார்ட்டுக்கு விடு.....

டேம் ரோடு ஆவாரங்காடு வழியா போ... சீக்கிரம் போயிடலாம்...." இன்ஸ்பெக்டர் சொல்ல ரூட் குழப்பம் தீர்ந்தது பாஸ்கரனுக்கு.

ஊர் அவுட்டர்- வைகை டேம் பத்து கிலோ மீட்டர் என போர்டு இருக்க அம்புக்குறி காண்பித்த பாதையில் வண்டியை திருப்புகிறான். இருபுறமும் கும் இருட்டு....

"மெல்ல போ.... பொன்னையா...." ன்னு சொல்லிக்கொண்டே சீட் அடியில் இருந்த விஸ்கி பாட்டிலை எடுக்கிறார் இன்ஸ்பெக்டர்.

கோக கோலா மிக்ஸ் செய்து கடகடவென ஊற்றிக்கொள்ள அடுத்தடுத்த ரவுண்டு உள்ளே போகிறது. போதை தலைக்கேற பாஸ்கரன் கண்முன்னே பள்ளிக்கூட பையன் போல் ஒரு விரலைக் காண்பிக்கிறார்.

ஜீப்பை நிறுத்துகிறான் பாஸ்கரன்....

ஓரமாய் போய் விட்டு வண்டிக்கு வருகிறார் இன்ஸ்பெக்டர் வண்டியில் பாஸ்கரன் இல்லை.

அடுத்த நிமிடம் வண்டி துடைக்கும் துணி ஒன்று இன்ஸ்பெக்டர் வாயில் திணிக்கப்படுகிறது. அவர் நிலைகுலைய அவர் இடுப்பில் இருந்த துப்பாக்கியை எடுத்து இன்ஸ்பெக்டர் நெற்றியில் வைத்து அழுத்துகிறான் பாஸ்கரன்.

மற்றொரு துணியால் அவர் கைகளை கட்டி குண்டு கட்டாய் அவரை பின் சீட்டில் போடுகிறான்....

விருட்டென வண்டியை கிளப்புகிறான். சற்றே தூரத்தில் மண்ரோடு ஒன்று பிரிய ஜீப்பை அதில் திருப்பி வேகம் எடுக்கிறான்.

வெகு தூரத்தில் தெரிந்த மலை அடிவாரம் நோக்கி கும்மிருட்டு காட்டு பாதையில் ஓடுகிறது ஜீப்.

அடர்ந்த காட்டுப் பகுதி.... மலை அடிவாரம்- எந்த சத்தமும் இல்லை.பயங்கர அமைதி... பாஸ்கரன் ஜீப்பை நிறுத்தி வெளியே இழுத்து போடுகிறான் இன்ஸ்பெக்டரை.

தன் செல்போனில் இருக்கும் இயற்கையான தன்முகம் காண்பிக்க இன்ஸ்பெக்டர் அதிர்ச்சி அடைகிறார்.... சிலைத்

திருட்டில் சந்தேகப்படும் குற்றவாளியாய் போலீஸ் தேடுதலில் இருப்பவன் அல்லவா இவன்.... தன்னை இவன் கடத்தி வந்த காரணம் தெரிகிறது அவருக்கு இப்போது.

"சொல்லு.... புத்தூர் கோவில் அம்மன் சிலை இப்ப எங்க..?"

நெற்றிப் பொட்டில் துப்பாக்கியை அழுத்தி கேட்கிறான் பாஸ்கரன்... இன்ஸ்பெக்டரிடம் இருந்து பதில் வரவில்லை. வானத்தை நோக்கி சுடுகிறான்.. அந்த அமைதியில் குண்டுச் சத்தம் அடி வயிற்றை கலக்குகிறது இன்ஸ்பெக்டருக்கு...

"அடுத்தகுண்டு உனக்குத்தான் சொல்லு உண்மையை,,"

திக்கி திணறி வாய் திறக்கிறார் இன்ஸ்பெக்டர்.....

"சிலை போன இடம் எனக்கு தெரியாது. எனக்கு கொடுத்த உத்தரவை மட்டும் நான் செஞ்சேன்.


புதிரான இந்த பதில் கேட்ட பாஸ்கரன் அவரை உற்று நோக்க....

"அன்று கோவிலில் இரண்டு குண்டர்கள் பதுங்கிக் கொள்ள அனுமதித்தேன். ஒன்றும் தெரியாதது போல் கொஞ்சம் சீக்கிரமாய் கோவிலை விட்டு வெளியேறினேன்."

"யார் கொடுத்த உத்தரவு...."

"ஒரு பெரிய இடத்திலிருந்து..."

"எனக்கு யாருன்னு தெரியனும்.... இன்று நான் குற்றவாளியா நிற்கிறேன். வாழ்க்கை இழந்து நான் குற்றவாளி இல்லை என்று உலகத்துக்கு தெரியனும்னா உண்மையான குற்றவாளி எனக்கு தெரியனும்.... சொல்லு.... யார்... அந்தப் பெரிய இடம்.... போனை போட்டு கொடு நான் பேசுறேன்." மீண்டும் அவர் நெற்றியை துப்பாக்கி அழுத்துகிறது.

"தெரியாது சத்தியமா தெரியாது. அவர்கள் எந்த ஆதாரமும் விட்டு வைப்பதில்லை. உத்தரவுகளெல்லாம் நேரடியாய் ஒரு ஆள் மூலம் தான் எனக்கு வரும்.... என்னை நம்பு நான் நல்லவனாய் தான் இருந்தேன். ஆனால் மிகப் பெரிய ஒரு துறை அதிகாரியாலயே மிரட்டப்பட்டேன். இப்படி செயல்கள் செய்ய

உயர் படிப்பு படிக்கும் என் மகளை என் கண் முன்னாலேயே மிரட்டினார்கள்... ரவுடிகள் மூலம்.

பெரியதோர் கல்லூரி வளாகத்திலேயே மகள் மிரட்டப் படும் காட்சி இன்ஸ்பெக்டர் கண் முன்னே வர கலங்குகிறது அவரது கண்கள்.

எனக்கு வேறு வழி தெரியல அவர்கள் சொல்வதை கேட்பதை தவிர. இன்றும் கூட என்னை காட்ரோடு ரிசார்ட்டுக்கு வரச் சொல்லி உத்தரவு.

அவர்கள் ஆள் ஒருத்தன் ரிசார்ட் வருகிறான். என் கூட ரிசார்ட்க்கு வா..... என்னை அவன் பார்த்து விட்டு செல்லும்போது நீயே அவனை மடக்கிப் பிடி... உன்னால் முடியும். அவனுக்கு நிறைய தெரியும்- நான் செய்த நிறைய தவறுக்கு பிராயச்சித்தமாக இருக்கட்டும்.....

இருட்டை கிழித்துக் கொண்டு ஜீப் செல்கிறது.

36

அன்று மீட்டிங்கில் இருந்த ஒரு உயர்நிலை போலீஸ் அதிகாரிக்கு அவர் கீழ் பணி புரியும் ஒரு காவல் அதிகாரியிடம் இருந்து போன் வருகிறது.

"ஐயா வணக்கம்...... கண்டமனூர் விலக்கிலிருந்து பேசுறேன். சந்தேகத்துக்குரிய ஒரு கார் பேரிகார்டு தடுப்பில் தடுத்தும்

நிறுத்தாமல் டேம் சாலையில் போய்க்கிட்டிருக்கு. வண்டியில் இரண்டே பேர்.... ஒருத்தன் நீங்க எல்லோருக்கும் அனுப்பி இருக்கிற போட்டோல இருக்குற ஆள் மாதிரி இருக்கான்"

"ஓகே...அடுத்தடுத்த பாயிண்ட்ல அலர்ட்டா இருக்க சொல்லுங்க..... அடுத்து செய்ய வேண்டியதை நாங்க பாத்துக்கிடறோம்."

அடுத்த சில நிமிடங்களில் ஒரு போலீஸ் டீம் டேம் சாலையில் பறக்கிறது.

காட்ரோடு ரிசார்ட் முதலில் இன்ஸ்பெக்டரும் பாஸ்கரனும் ரிசார்ட்டை அடைகிறார்கள். இன்ஸ்பெக்டர் ஹாலில் அமர்ந்துகொள்ள பாஸ்கரன் மற்றொரு புறம் மறைந்திருக்கிறான். கொள்ளையரில் வழக்கமாய் இன்ஸ்பெக்டரிடம் வரும் ஆளை எதிர்பார்த்து.

சிறுது நேரத்தில் கொள்ளையர்கள் இருவரும் ரிசார்ட்டை அடைகிறார்கள். ஜீப் வெளியே இருக்கிறது. டிரைவர் இல்லை. சந்தேகம் வலுப்பெற டிரைவர் நம்பருக்கு கால் கொடுக்கிறார்கள். பிரயோஜனமில்லை. டிரைவர் அங்கிருக்கும் அறிகுறியே இல்லை. சந்தேகம் வலுக்க இருவரும் ரிசார்ட் உள் நுழைகிறார்கள்.

ஒருவனுக்கு பதிலாக இருவர் வந்து நிற்க........ மிரட்சி கொள்கிறார் இன்ஸ்பெக்டர்......

இருந்தும் சமாளித்துக் கொண்டு எதிர்பார்த்து தான் இருந்தேன்... என்ன இவ்வளவு நேரம் - மேலிடத்திலிருந்து என்ன உத்தரவு என நார்மலாக பேச முயற்சிக்கிறார்.

இவர் பேசுவதில் எந்த அக்கறையும் கொள்ளாமல் அவர்கள் இருவர் கண்களும் அங்குமிங்கும் பார்க்க மறைந்திருக்கும் பாஸ்கரனின் நிழல் அவர்கள் கண்களில் தட்டுப்படுகிறது.

நிழலை இவர்கள் பார்த்து விட்டதை... இன்ஸ்பெக்டரும் கவனித்து விடுகிறார்... அலர்ட் ஆகிறான் வந்தவர்களில் ஒருவன். இன்ஸ்பெக்டர் அருகில் வந்து அவரை தாக்க ஆரம்பிக்க மற்றொருவன் பாஸ்கரன் இருந்த அறைக்குள் பாய்ந்து செல்கிறான்.

அங்கு இருவர் இங்கு இருவர் கட்டிப்புரண்டு சண்டை இடுகிறார்கள். அதே நேரம் போலீஸ் டீம் ரிசார்ட்டுக்குள் புகுந்து விடுகிறார்கள்.

மீட்டிங் போட்டோவில் இருந்தவன் இங்கு இருக்க அவனை பிடிக்க முயல்கிறார்கள்....

ஒரே கலவரம் – அமளி துமளி - துப்பாக்கிச்சூடு மாறி... மாறி எதிர்பாராத விதமாய் கொள்ளையரில் ஒருவன் சுட்டதில் இன்ஸ்பெக்டர் நெஞ்சில் குண்டு பாய இன்ஸ்பெக்டர் சரிகிறார்

பாஸ்கரனுடன் சண்டை இட்டவன் அதிர்ச்சி அடைந்து பாஸ்கரனை விட்டுவிட்டு அறையினின்று வெளி வருகிறான்.

மறைந்திருந்து நடப்பதை பார்த்துக் கொண்டிருந்த பாஸ்கரன் அதிர்ச்சியுடன் மறைவிலேயே இருந்து விடுகிறான்.

இன்ஸ்பெக்டர் சரியவும் கொள்ளையர் இருவரும் தாங்கள் வந்திருந்த காருக்கு ஓடுகிறார்கள்.....

ஒருவனது செல் அவன் பாக்கெட்டிலிருந்து தவறி புல் தரையில் விழுந்து விடுகிறது.

கொள்ளையர் அவர்கள் வந்த வண்டியை கிளப்ப— போலீஸ் டீம் தங்கள் ஜீப்பில் அவர்களை விரட்டி செல்கிறார்கள். அறையில் நின்று வெளி வந்த பாஸ்கரன் இன்ஸ்பெக்டர் இறந்துவிட்டது அறிந்து பரிதாபம் கொள்கிறான்.

அந்த இடத்தினின்றும் வேகமாக வெளியேறுகிறான். கீழே விழுந்து கிடந்த செல் கண்ணில் தட்டுப்பட அதை எடுத்துச் செல்கிறான்.

இருட்டை கிழித்துக் கொண்டு சென்ற கொள்ளையர் காருக்கு ஈடுகொடுத்து செல்ல முடியவில்லை போலீஸ் வாகனத்தால்.

ஐந்து நிமிட பயணத்துக்கு பின் சாலைகள் இரண்டு பிரிய, எந்த சாலையில் சென்றனர் கொள்ளையர் என்பதில் குழப்பம் கொள்கிறார்கள் போலீஸ். தம்பி விடுகிறார்கள் கொள்ளையர் சில நிமிட ஓட்டத்திற்கு பின் யாருக்கோ போன் செய்ய செல்போனை எடுக்க, பாக்கெட்டில் கை விடுகிறான் செல்போனை தவற விட்டவன். செல்போன் இல்லை.... அதிர்ச்சி கொண்டு பதறுகிறான். மற்றொருவனிடமிருந்த செல்போன் மூலம் தவறிய செல்போனுக்கு கால் போடுகிறான்.

இரண்டொரு ரிங் சப்தத்துடன் ஸ்விட்ச்ஆப் என்று வருகிறது. பாஸ்கரன் அதை செயலிழக்க செய்து விட்டதால்.

ஒரு மணி நேர இடைவெளிக்குப் பின் கீழே கிடந்து எடுத்து செல்லை ஆன் செய்து பார்க்கிறான் பாஸ்கரன். ஐந்தே நம்பர்கள் ஐந்தும் ஸ்விட்ச் ஆப். வாட்ஸ் அப் புரைபில் பார்க்கிறான். ஐந்திலும் முகம் இல்லை.

ஒரே ஒரு நம்பருக்கு மட்டும் கோல்டன் பிரேம் போட்ட மூக்குக் கண்ணாடி புரைபெல்லாய் இருக்க காண்கிறான். மெயின் சாலைக்கு வந்தவன் ஒரு லாரி ஒன்றை கை காண்பித்து அந்த பிராந்தியத்திலிருந்து வெளியேறுகிறான்.

&

மூன்று மாத காலங்கள் கடந்திருந்தது. பாஸ்கரன் பல தடவை முயன்றான். அந்த செல்லில் உள்ள நம்பர்களுக்கு பேச.

நம்பரை செக் பண்ணவும் என வர அந்த ஐந்து நபர்களும் மாற்றப்பட்டு விட்டதை அறிந்தான்.

போலீஸ் தேடுதல் போய்க் கொண்டே இருந்தது. பாஸ்கரனையும், கொள்ளையர்களையும் இலக்கு வைத்து.

அமுதா காதலனுக்கு அவன் அம்மாவிடம் இருந்து அவ்வப்போது கால் வருகிறது அவன் அதை எடுப்பதில்லை.

செல் யாரிடமோ மாட்டிக் கொண்டதை அறிந்து அதிர்ச்சியும் பயமும் கூடுகிறது கொள்ளையருக்கு. விஷயத்தை தனக்கு மேல் நிலையில் உள்ள ஒருவனுக்கு போன் மூலம் சொல்கிறான்.

தவறிய செல்போனில் இருந்ததே ஐந்து நம்பர்கள் தான் என்பது அவர்கள் டீமுக்கு தெரிந்தது தான்.

எல்லாரையும் அலர்ட் செய்துவிடுகிறான் அந்த மேல்நிலை ஆள்.

பாஸ்கரன் தன் அறையில் நேரம் கிடைக்கும் போதெல்லாம் மாமாவை போனில் தொடர்பு கொள்ள முயல்கிறான். இந்த நம்பர் உபயோகத்தில் இல்லை என்றே வருகிறது. கவலை கொள்கிறது அவன் மனம்.

ஆறு மாதங்கள் கடந்து விட தன் அறையில் பாஸ்கரன் ஒரு கால் வர போனை எடுக்கிறான் பாஸ்கரன் அழைப்பு அமுதாவிடம் இருந்து. "மாமா " என அவள் அழைக்க அந்த அழைப்பில் அவ்வளவு ஆனந்தம் உற்சாகம்" நான் நல்ல ஆயிட்டேன் மாமா- சுவாமிஜி என்னை அழைத்துப்போக நீங்கள் வரலாம் என சொல்லச் சொன்னார். எப்ப மாமா வர்றீங்க. அப்பாவையும் அழைத்து வாருங்கள்" என்றாள்.

அவள் பேச்சினில் அத்தனை ஆவல்" இரண்டு அல்லது மூன்று தினங்களில் " என சொல்கிறான் பாஸ்கரன்.

அப்பாவை அழைத்து வரச் சொல்லி விட்டாள் அமுதா. ஆனால் மாமாவை நாள் கணக்காய் தொடர்பு கொள்ள முடியாத நிலை. என்ன ஆகியிருக்கும் அவருக்கு நினைக்க நினைக்க திகைப்பும் அதிர்ச்சியும் அவனுக்கு. வாடிப்பட்டி போக முடிவு கொள்கிறான். மறுநாள் இரவு வாடிப்பட்டி செல்கிறான். நடுநிசியில் வீட்டை அடைகிறான். வீடு திறந்து கிடக்க உள் நுழைந்தால் எலிகளும் பெருச்சாளிகளும் திரிந்து கொண்டிருந்தன.

நெடு நாட்களாய் யாரும் குடியிருந்த வீடாய் தெரியவில்லை.

அதிர்ச்சியுடனே அவன் நிற்க திடீரென ஒரு கிழவி அவன் பின் பக்கம் வந்து அவனை இறுக்கி பிடித்து குரல் வளையை நெரிக்கிறாள். சொல்லு... சொல்லு.... லிங்கம் எங்க சொல்லு.... உன்ன உயிரோடு விடமாட்டேன் உடும்பு பிடியாய் அவள் பிடிக்க பிரயத்தனப்பட்டு அவளை உலுக்கி விடுபடுகிறான் பாஸ்கரன்.

அவள் போட்ட சத்தமே அது பொன்னம்மா பெரியாத்தா என அறிந்தவனுக்கு ஆளையும் பார்த்து அது அவள்தான் என ஊர்ஜிதம் ஆக,

"பெரியாத்தா என்னை தெரியலையா பாசு வந்து இருக்கேன்..... மாமா எங்க " என அதிர்ச்சியுடன் கேட்கிறான்.

பாசு நீயா இத்தனை நாள் எங்க போயிருந்த...... லிங்கத்துக்கு என்ன ஆச்சு பாசு.... அமுதா கூட ஒரு நாள் வெளியூர் போறேன்ட்டு போனவன் திரும்ப வரவே இல்லை. மகனை காணோம்ங்குற ஏக்கத்திலேயே சுப்பம்மா பெரியாத்தாளும் நெஞ்சுவலி வந்து உயிரவிட்டுட்டாப்பா. என ஓவென அழுகிறாள் அவள்.

95

பாஸ்கரனும் தேம்பி அழுகிறான்.

"நீ பயப்படாத பெரியாத்தா.... நான் தேடி கண்டுபிடிச்சு மாமாவ கொண்டு வாரேன். நான் வந்து போனது மட்டும் யாருக்கும் தெரிய வேண்டாம்." என சொல்லி விட்டு வெளியேறுகிறான். மூலையில் உட்கார்ந்து அழுகிறாள் அவனின் பெரியாத்தா முறைகாரி பொன்னம்மா.

இரண்டு மூன்று தினங்களில் அமுதாவை அழைத்துச் செல்ல வருவதாய் சொல்லி இருந்ததால் சொல்லியவாறே திருவண்ணாமலை செல்கிறான் பாஸ்கரன். மலையேறி உச்சிமலை அடைகிறான். குகைக்கு முன்பிருந்த மைதானம் போன்ற இடத்தில் அந்த குருஜீயும், அமுதாவும்......

குருஜீ சில சண்டைப் பயிற்சிகளை அமுதாவுக்கு கற்றுத்தருவதாய் தெரிய ஆச்சரியமாய் நின்று பார்க்கிறான் பாஸ்கரன்.

சண்டையில் இத்தனை யுக்திகளா என குருஜீயை பார்த்து வியப்பு கொள்கிறான். அவர்கள் அருகில் வர அமுதாவின் ஆரோக்கிய முன்னேற்றத்தில் பெரும் மகிழ்ச்சி பாஸ்கரனுக்கு. ஒரு போர் வீரனாய் அவள் நிற்கிறாள்.

குருஜியின் பாதம் பணிகிறான் பாஸ்கரன். என்றும் தங்களை மறக்க மாட்டேன் என நெகிழ்கிறான்.

வா பாஸ்கரா கொஞ்சம் பேசிக்கொண்டு இருப்போம் என அவனை மட்டும் குகை அருகில் அழைத்துச் செல்கிறார் குருஜீ. அமுதா சுயமாய் பயிற்சியினை தொடர்கிறாள்

"அமுதா மிக திறமையானவள். நீ அவளை என்னிடம் அழைத்து வந்தது கடவுள் உங்களுக்கு தந்த அருள்.

உன்னிடம் ஒன்று சொல்ல வேண்டும் பாஸ்கரா....... அவளின் ஆரோக்கியம் கெட்டது சில ஒவ்வாத மருந்துகளால்." அதிர்ச்சி கொண்டு அவரைப் பார்த்தான் பாஸ்கரன்.

"எப்படி அது நிகழ்ந்தது என என்னால் கேட்டு தெரிந்து கொள்ள முடியவில்லை.......

நான் சொல்லச் சொல்லி அவளை நிர்ப்பந்திக்கவுமில்லை. என்னுடைய எத்தனையோ கேள்விகளுக்கு மௌனத்தையே அவள் பதிலாய் தந்தாள். இருக்கட்டும் இனி ஒன்றும் பயப்பட தேவையில்லை. நீ அவளை அழைத்துச் செல்லலாம்.".

இருவரும் அவரின் ஆசி பெறுகிறார்கள். அந்த அண்ணாமலையார் துணை இருப்பார் என அவர்களை ஆசீர்வதித்து அனுப்புகிறார் குருஜி.

39

விடியும் பொழுதில் பாஸ்கரனும்,. அமுதாவும் உச்சி மலையில் இருந்து இறங்கி திருவண்ணாமலை அடிவாரம் அடைதல்...

"இந்தக் கெட்அப் உங்களுக்கு நல்லா இருக்கு மாமா.... அதோ அந்த குன்று உச்சி தெரியுறாப்புல..... நீங்க அதுக்கு நேரா நில்லுங்களேன். சூரிய உதயம் நல்லா இருக்கு. நான் கவர் பண்ணி போட்டோ எடுக்க போறேன்."

அவள் சொன்னது போல் போய் நிற்கிறான் பாஸ்கரன். "அட கொஞ்சம் சிரிச்சா தான் என்ன". ஆறு வயதில் அக்கா கூட விளையாடும்போது சிரிச்சது......

அதுக்கப்புறம் அவன் எங்கே சிரிச்சான்.....கிளிக்....கிளிக்...

திருவண்ணாமலை அடிவாரம். ஏகாந்தமான ஒரு இடம். ஒரு சிறு அருவியுடன் கூடிய ஒரு தடாகம்..

தான் போட்டிருந்த ஒரு தங்க செயினை அமுதா கழட்டி தான் வைத்திருந்த ஒரு சிறு பர்ஸில் வைத்து தனது பேக்கில் வைக்கிறாள். இதை ஒரு திருடன் மரம் மறைவினில் இருந்து பார்த்து விடுகிறான்.

அமுதா நீராடுகிறாள். கரையில் ஒரு மேட்டில் பாஸ்கரன். அமுதாவின் பேக் சற்றே தூரத்தில் ஒரு மேட்டினில் இருக்கிறது குளித்து முடித்து வந்து ஆடை மாற்றும் போது எளிதாய் எடுத்துக் கொள்வது போல், அவள் குளித்துக் கொண்டிருக்கும் போது, திருடன் பேக்கை எடுக்க அமுதா அதைப்பார்த்து விடுகிறாள்

" மாமா திருடன்," என குரல் கொள்கிறாள்.

பாஸ்கரனும் திருடன் பையை எடுத்துக்கொண்டு வருவதை பார்க்கிறான்.

மேட்டிலிருந்து ஒரே தாவாய் தாவி திருடனை மறிக்கிறான்.

திருடன் சண்டைக்கு எத்தனிக்க, அவன் சட்டையை பிடித்து மீற முடியாமல் மடக்குகிறான். தப்பித்தால் போதும் என திருடன் பையை வீசி எறிந்து விட்டு ஒரே ஓட்டமாய் ஓடி விடுகிறான் அவன் வீசி எறிந்த பையிலிருந்து அமுதாவின் உடைமைகள் பள்ளங்களில் கலைந்து விழுகிறது.

சில போட்டோக்கள் கீழே விழுந்து கிடக்க அதை பள்ளத்தில் இறங்கி பாஸ்கரன் எடுக்கிறான். என்ன போட்டோக்கள் என பார்க்கிறான்.

பார்த்த முகமாய் இருக்கிறதே என உற்று நோக்க அது தான் தற்கொலையிலிருந்து காப்பாற்றியவனின் முகம் என்பது நினைவுக்கு வருகிறது. போட்டோவில் இருப்பவனுக்கு தாடியை வைத்துவிட்டால் சாட்சாத் அவனே தான்.

அடுத்த போட்டோவை உற்று நோக்கியவனுக்கு சற்றே அதிர்ச்சி..

அதில் அமுதாவும் அவனும் கை கோர்த்துக் கொண்டு இருக்கிறார்கள். வேறொண்றில் அவனின் அப்பா, அம்மா, அவன் மற்றும் அவர்களுடன் அமுதாவும்.

எல்லாவற்றையும் கலெக்ட் செய்து கொண்டு பள்ளத்திலிருந்து குழப்பமான சிந்தனைகளுடனும் போட்டோக்களை பார்த்துக் கொண்டும் மேலே வருகிறான்.

போட்டோக்களை அமுதாவிடம் கொடுக்கிறான். இதெல்லாம் யார் என்ற கேள்வி... அவன் கண்களில்.

கண்ணில் நீர் முட்ட அந்த போட்டோவை அமுதா பார்க்கிறாள். பர்ஸ்லிருந்து செயினை எடுத்து அதிலிருந்த டாலரை திறக்கிறாள்.... அதிலும் அவனது சிறு போட்டோ-கண்கள் கசிய அதை தன் கழுத்தில் மாட்டிக் கொண்டு

கலக்கமாய் பாஸ்கரனை பார்க்கிறாள்.. அந்த பார்வையில் நாங்கள் உயிருக்கு உயிராய் பழகினோம் எனும் வெளிப்பாடு அமுதா ஒருவனை காதலிக்கிறாள் என மாலா சொன்னது நினைவுக்கு வருகிறது.

அதிர்ச்சியுடனே நிற்கும் பாஸ்கரன் .இவனை நான் பார்த்திருக்கிறேன் என சொல்ல இப்போது அமுதாவுக்கு பேரதிர்ச்சி. எப்படி மாமா இப்ப அவர் எங்க மாமா எனும் ஆயிரம் கேள்விகள். அவளின் ஏக்கமான பார்வையில்.

அவனது தற்கொலை முயற்சியையும் தான் அவனைக் காப்பாற்றி ஒரு கோவில் பட்டர் இருக்கும் இடத்தில் இருக்க வைத்ததையும் அமுதாவிடம் பாஸ்கரன் சொல்ல ஆனந்தம் கொள்கிறாள் அமுதா உடன் ஓடிச்சென்று அவனை பார்க்க துடிக்கிறாள். இருவரும் கோவில் பட்டர் இருக்கும் இடம் விரைந்து செல்கிறார்கள்.

# 99

பாஸ்கரனுடன் ஆஸ்ரமத்தை அடைந்த அமுதா அடக்க முடியா ஆவல் மற்றும் ஆனந்தத்துடனே காதலனைத் தேட அவன் அங்கே இல்லை.

" நான் அன்று அழைத்து வந்தவன் எங்கு போய் இருக்கான்" சுவாமி என கோவில் பட்டரிடம் பாஸ்கரன் கேட்கிறான்.

"ரெண்டு நாட்களுக்கு முன்னே கிரிவலம் சுத்திட்டு வர்றேன்னு போனவன் தான். திரும்ப வரலை. கோவில் வளாகத்தில் சுத்திகிட்டு இருக்கான்னு கொஞ்சம் ஆட்கள் சொன்னாங்க. அதன்பின்

இன்னைக்கு காலையில சென்னை பஸ்ல ஏறினா ன்னு சொன்னாங்க" என அவர் சொல்ல பெருத்த ஏமாற்றம் அமுதாவுக்கு. தாங்க முடியாத வருத்தத்தில் அவள் கேவி அழ புரியாமலேயே பார்த்துக் கொண்டிருந்தார் கோவில் பட்டர்.

"நானும் சென்னை போறது தான் மாமா, என் அடுத்த பிளான்" என சொல்லிக்கொண்டே அவளது ஐடியை எடுத்து வைத்து பேக்கில் ஒழுங்கு பண்ணுகிறாள்...

"கடவுள் கிருபை உண்டாகட்டும்" என கோவில் பட்டர் ஆசீர்வதிக்க இருவரும் ஆசிரமத்தை விட்டு வெளியேறுகிறார்கள்.

அமுதாவும் பாஸ்கரனும் மெதுவாய் நடந்து செல்கிறார்கள்.

ட்ரெயினிங் முடித்து போஸ்டிங்-ல் அமரவும் அப்பாவையும் உங்களையும் என்னுடனே வைத்துக் கொள்வேன் மாமா என அவள் சொல்லிக் கொண்டே நடக்கிறாள்....

நெகிழ்ச்சி பாஸ்கரனுக்கு. "எனக்கும் ஒரு முக்கியமான கடமை இருக்கு அமுதா " என்கிறான்.

"உங்களுக்கு போன் போடும் போதே அப்பாவுக்கும் தகவல் சொல்லணும்னு போன் போட்டேன் மாமா. கால் போகல.

முதல்ல அவருக்கு ஒரு நல்ல செல்லா வாங்கி தரனும்........ சென்னைக்கு போய் ரிப்போர்ட் செய்தவுடன் அப்பாவை போய் பார்த்துட்டு தான் ஹைதராபாத் போகணும். அப்ப நீங்களும் வாடிப்பட்டி வாங்க மாமா " என எந்த விஷயமும் இல்லாமல் அவள் சொல்ல மறுபுறம் திரும்பி கலங்கும் கண்களை மறைத்து கொள்கிறான் பாஸ்கரன்.

ரயில்வே ஸ்டேஷன் அமுதா ட்ரெயின் ஏறி விடுகிறாள். ட்ரெயின் முவ் ஆக அவள் கையை அசைத்துக் கொண்டே செல்கிறாள் உருண்டோடும் ட்ரெயினிலிருந்து. பாச உணர்வுகளுடனே பாஸ்கரன் நிற்கிறான்

ரயிலில் பயணித்துக் கொண்டே ஐ.பி.எஸ் ட்ரைனிங் சென்டர் உயர் அதிகாரிகளுடன் தொடர்பு கொள்கிறாள் அமுதா அவர்கள், "உடன் ஐதராபாத் வாருங்கள். தாமதமானால் டிரெய்னிங் பிரேக் ஆயிடும். ரூல்ஸ் அண்ட் ரெகுலேஷன்ஸ் அப்படி, பெட்டர்.. நீங்கள் உடனே வருவது. நல்ல வேளை இன்று நீங்கள் தொடர்பு கொண்டது". என்று சொல்ல அப்பாவைப் போய் பார்க்க இயலாமல் போன வருத்தம் அவளுக்கு.

போனில் கிடைக்க மாட்டாரா என ஆதங்கத்தோடு போன் செய்து பார்க்கிறாள். தொடர்பு கொள்ள முடியவில்லை. உடனே மாமா பாஸ்கரனுக்கு போன் செய்கிறாள்.

"அப்பா போன் ஸ்விட்ச் ஆஃப் என்று வருகிறது மாமா. பல முறை முயற்சித்து பார்த்து விட்டேன். நீங்க நேர்ல வாடிப்பட்டி போய் சந்தித்து விட்டு வாருங்களேன். என்னை உடனடியாக ஐதராபாத் வரச் சொல்லி விட்டார்கள் " என்று சொல்ல பாஸ்கரன் மனம் அல்லாடுகிறது. "சரி அமுதா" என்று சொல்லி போனை வைக்கிறான். அவர் அங்கு இல்லை எனும் உண்மையை அறிந்தால் எப்படி துடிப்பாள். இப்பதான் நோயிலிருந்து விடுபட்டு வந்திருக்கிறாள். ஏதாவது சொல்லி அவளை சமாதானப்படுத்த வேண்டும். கயவர்களிடமிருந்து மாமாவை மீக்க வேண்டும் என திட்டமிட்டு கொள்கிறான். அமுதா நேராய் ஐதராபாத் சென்று பயிற்சியில் சேர்கிறாள்.

101

நான்கு தினங்கள் கழித்து மாமாவிடமிருந்து போன் வர ஆவலாய் எடுக்கிறாள் அமுதா.

"வாடிப்பட்டி போனேன் அமுதா பொன்னம்மா பெரியாத்தாவை தான் பார்க்க முடிந்தது. ஒரு நாள் மாமா அவளிடம் "அமுதா ஹைதராபாத்தில் - பாஸ்கரனும் இங்க இல்ல..... ஏதோ தப்பாட்டம் ஆடும் குரூப்ல சேர்ந்து ஊர் ஊர போயிருக்கிறான். மனசுக்கு எப்படியோ இருக்கு. காசிக்கு போய் கொஞ்ச நாள் இருந்துட்டு வரலாம்னு இருக்கேன் என்று சொல்லிக் கொண்டே இருந்தாராம். அப்புறம் ஒரு நாள் திடீர்னு யார் கிட்டயும் சொல்லாமல் கிளம்பி போய் விட்டா பொன்னம்மா பெரியாத்தா சொல்லுச்சு. மகன் போன ஏக்கத்துல மாமாவோட அம்மா சுப்பம்மா அத்தையும் நெஞ்சுவலி வந்து செத்துப் போச்சாம். "

இப்படி அவன் சொல்ல போன் டச் இல்லாம இப்படி போய்விட்டாரே என, அமுதா அங்கலாய்த்து கொள்கிறாள். அவள் மனம் வருந்துகிறது சுப்பம்மா பாட்டி மரணத்தையும் எண்ணி.

பயிற்சி சென்டர்- பயிற்சியில் அமுதா. அமுதாவின் உடல் நல முன்னேற்றத்திலும் பயிற்சி திறனிலும் மேலதிகாரிகள் ஆச்சரியம் கொள்கிறார்கள்.

"நீ முன்னைவிட ரொம்பவே பலம் கொண்டவளாய் ஆகிவிட்டாய் அமுதா" என பாராட்டுகிறார்கள்.

மாமா காணாமல் போன கவலை பாஸ்கரனை வாட்டிக்கொண்டே இருக்க சதாவும் அவன் மனதில் ஒரு சந்தேகம் நிலை கொண்டிருந்தது. தன்னை தேடி திரியும் கொள்ளையர்கள் தான் அவரை கடத்தி இருக்க வேண்டும். தான் இருக்கும் இடத்தை சொல்லச் சொல்லி அடைத்து வைத்திருக்க வேண்டும் என முடிவு கொள்கிறான். நான் இருக்குமிடம் மாமாவுக்கு தெரியும் என நினைக்கும் அந்த மூடர்கள் எங்காவது சிக்க மாட்டார்களா என்ற ஏக்கமும், கோபமும் அவன் மனதை ஆக்கிரமிக்க அவர்கள் மீது வெறி கொண்டவனாகிறான்.

கிட்டத்தட்ட ஒரு வருட காலம் ஓடியிருக்கிறது. இப்போது பாஸ்கரன் சென்னையில் ஒரு செல்வந்தரிடத்தில் டிரைவராக வேலைக்கு சேர்ந்துள்ளான். சதாவும் சிலையைத் திருடியவர்களை கண்டுபிடிக்கும் நினைப்பு, மாமா நினைப்பு, ஒரு சிறு துப்பு கிடைக்காதா எனும் ஏக்கத்துடனே....

இந்த ஒரு வருட காலத்தில் அமுதாவின் டிரைனிங் முடிந்திருந்தது. மும்பையில் ஒரு பெரிய போலீஸ் அதிகாரியாக பணியேற்பு செய்கிறாள்.

ஒரு நாள் இரவு ஆரம்பித்த நேரம்.... பாஸ்கரன் தன் முதலாளியை பங்களாவில் இறக்கி விட்ட பின் ஒரு சிறு பர்சேஸீக்காக காரிலேயே சென்று கொண்டிருக்கிறான். ஒரு மெயின் சாலை - மிதமான ட்ராபிக். சாலையின் குறுக்கே ஒருவன் மெதுவாய் கடந்து கொண்டிருக்கிறான். அவன் முடவன் என தெரிகிறது. கையில் ஊன்றுகோல் இருக்கிறது.

# 103

வேகமாக கடக்க முடியவில்லை அவனால். காரின் வேகத்தை குறைக்கிறான் பாஸ்காரன். எதிர்புறம் இருந்தும் ஒரு கார் வர இரு கார்களில் வெளிச்சம் அவன் கண்களை கூசச் செய்கிறது. அவன் முகம் நன்றாக தெரிய அவனைப் பார்த்து அதிர்ச்சி... கொள்கிறான் பாஸ்கரன். இவன்.....இவன்.....அன்று....

கோவில் அம்மன் சிலையை திருட சொல்லி தன்னை கடத்தி அடித்து உதைத்து நிர்ப்பந்தித்த அந்த மூவரில் ஒருவன் அல்லவா.

ஊன்று கோலை பிடித்து இருந்த கையை பார்க்கிறான். ஆறு விரல்கள். ஆம் அவனே தான் வண்டியை நிறுத்திவிட்டு அவன் அருகில் சென்று கூர்ந்து பார்க்கிறான். அவனுக்கு அதிர்ச்சி பாஸ்கரன் முகத்தைப் பார்க்கிறான். சர்வ அங்கத்திலும் நடுக்கம் அவனுக்கு. பயத்தில் திமிரி ஓட எத்தனிக்கிறான். முடவன் எப்படி ஓட..... பாஸ்கரன் அவனை குண்டு கட்டாக தூக்கி காருக்குள் போடுகிறான். வாயில் துணியை வைத்து சத்தமிடாது செய்து காரை கிளப்பி ஓட்டிச் செல்கிறான் பாஸ்கரன்.

ஆள் அரவமற்ற ஒரு வெளிச்சம் குறைந்த இடம். காரை நிறுத்துகிறான் பாஸ்கரன். கார் கதவை திறந்து அரக்க பறக்க இறங்கி கால் இடற கீழே விழுகிறான் முடவன். என்னை கொன்னுராத எனும் கெஞ்சல் அவன் கண்களில்.... வாயில் இருந்த துணியை அவனே எடுக்க முற்படுகிறான். முடவன் மூச்சுத் திணற நானே எடுக்கிறேன். முடவன் ஆன உன்னை தாக்கவும் கொல்லவும் இங்க கொண்டு வரல. ஆனா என் கேள்விகளுக்கு உண்மையை மறைச்சு நடிச்சயினா உன் உயிர் உனக்கில்ல.

எனக்கு ரெண்டு உண்மை தெரியுயணும். எங்க மாமாவ, நீங்க கடத்தி வச்சிருக்கிற இடத்தை முதல்ல சொல்லு..... சொல்லு... எங்க மாமாவை எங்க கடத்திட்டு போனாங்க?. இப்ப அவரு எங்க? மாமா மேலுள்ள பாசமும் இவங்க தான் அவரை கடத்தி இருக்கணும் என்பதில் அவன் மனம் கொண்டிருந்த

உறுதியும் வெறி கொண்டவனாக்கியது அவனை. அவருக்கு என்ன ஆச்சு எனும் திகிலான சந்தேகம். இவன் முடவனே எனும் பாவத்திற்கு திரை போட்டு விட எப்போதும் இடுப்பில் இருக்கும் சூரிக் கத்தியை எடுத்து அவன் தொண்டை குழியில் வைத்தான்.

"கொன்னுராத..... என்ன கொன்னுராத.... எல்லாத்தையும் உங்கிட்ட சொல்லிருறேன்..." என முடவன் இரு கை தூக்கி கும்பிட்டான். உயிருக்கு பயந்து மிரண்டன அவன் கண்கள்.

"உன்னோட மாமாவை நாங்க கடத்தினது உண்மைதான்.... ஆனா பல குற்றங்கள் செஞ்ச எங்கள போலீஸ் குறி வைத்து தேட ஆரம்பிக்கவும், நாங்க எங்க மறைவிடத்தை மாற்றிக்கொண்டே இருக்க வேண்டியதாயிருச்சு .உங்க மாமாவை இழுத்துகிட்டு. அப்படி ஒரு தடவை இடத்தை மாற்றும் போது எங்க கவனக்குறைவ பயன்படுத்தி அவரு எங்க கிட்ட இருந்து தப்பிச்சுட்டாரு... எங்க தேடியும் எங்களால அவரை கண்டுபிடிக்க முடியல."

அவன் சொல்லி நிறுத்த கொஞ்சம் நிம்மதி கொண்டான் பாஸ்கரன். அவரு நிச்சயம் எங்கேயாவது இருப்பாரு எனும் நம்பிக்கையினால். இது என்ன கோலம் முடவனாய் ஆண்டவனின் அபராதமா, அந்த புத்தூர் அம்மன் கோவில் சிலை உங்களுக்கு கிடைக்கல ஆனால் சிலைபோன இடம் நிச்சயம் உங்களுக்கு தெரியும் சொல்லு. இப்ப யார் கிட்ட இருக்கு. அவன் பிடி மீண்டும் இறுக்கியது.

நீ சொன்னது சரிதான்.......

சிலைத் திருட்டை தொழிலா வைத்திருந்ததால் கடவுள் கொடுத்த தண்டனை தான் இந்த ஊனம் அவன் நிறுத்த,

"எந்த தவறும் செய்யாம நான் குற்றவாளியா ஏன் நிற்கணும்.... உங்களால தான சொல்லு...... அன்னைக்கு நீங்கள் திட்டம் போட்டது போல சிலை உங்களுக்கு

கிடைக்கல. ஆனால் தொழில் போட்டியில அது யார் கைக்கு போச்சுன்னு உங்களுக்கு தெரியும்... சொல்லு.... இல்ல..... உனக்கு இந்தக் கை இருக்காது என்று ஆவேசமாய் கை ஓங்குகிறான் பாஸ்கரன்.

பேச முடியாமல் இளைப்பு முடவனுக்கு. பாட்டில் தண்ணியை குடிக்க சொல்லி தருகிறான் பாஸ்கரன். தண்ணியை குடித்தவன் " சொல்றேன் -.ஆனால் இன்னமும் என் உயிருக்கு ஆபத்து இருந்துகிட்டே இருக்கு. வா இன்னும் கொஞ்சம் மறைவா போகலாம் " என முடவன் சொல்ல அப்படியே நடக்கிறார்கள்.

"எல்லா ரகசியங்களையும் உன்னிடம் இன்று சொல்வது கடவுள் சித்தம் போல என் மன வேதனைகளும் இதனால் குறைஞ்சா அது கடவுள் அருள்.

என் தலை விதி- இளமை வேகத்தில் இது எவ்வளவு பெரிய தப்பு, எப்படியொரு தெய்வ குத்தம்னு உணராமலேயே சிலை திருட்டுங்கிற மாபாதகச் செயல்ல இறங்கினோம். நானும் அன்று என்னோடு இருந்த மத்த ரெண்டு சினேகிதங்களும். சிறு அளவில் குற்றச் செயல் செஞ்சுகிட்டு இருந்த எங்களுக்கு ஒரு நேரத்தில ஒரு பெரிய லெவல் சிலை திருட்டு கும்பல் தொடர்பு கிடைச்சது. ஆமா பெரிய லெவல் ஆட்கள் - பெரிய தொழிலதிபர்கள் - பெரிய காவல்துறை அதிகாரிகள் - பெரிய பெரிய அரசியல்வாதிகள். நாங்க அவங்களோட சேர்ந்தது பணத்தை எண்ணி மட்டும் இல்ல... முட்டாள் தனமா அவங்களோட தொடர்பை பெரிய பெருமையா நினைச்சோம்..... நாங்க அவங்களோட சேர்ந்ததுக்கு அப்புறம் அவங்க அடைஞ்ச பலன் ஏராளம்...

கோடி கோடியா சேர்ந்தது பணம். எங்களுக்கோ பெருசா ஒன்னும் இல்லை. கிராம கோவில்களில் சிலை இருக்கும் விவரங்களை நாங்க தான் சேகரிச்சு தரணும். உயிரை பணயம் வச்சு நாங்க தான் அதைக் கொள்ளையடிச்சும் கொடுக்கணும்..... எங்களுக்கு ஒரு சொற்பத் தொகையை வீசி எறிவாங்க..... எங்களோட ஏமாளித்தனம் ஒரு கட்டத்துல

எங்களுக்கு தெரிய வர,... ஏன் நாம் தனியா இயங்க கூடாதுன்னு அவங்க கிட்ட இருந்து பிரிஞ்சோம்..... அவங்களுக்கு தொழில் போட்டி யாவும் ஆனோம்..... அப்படியொரு போட்டிதான்.... புத்தூர் கோவில் அம்மன் சிலைக்கு நாங்க ரெண்டு குரூப்புமே குறி வச்சது.

அந்த சிலையை உன்னை வைத்து எடுக்க நாங்கள் திட்டமிட்டோம். ஆனா அவங்க தங்களோட அதிகார பலத்துல அதை அடைஞ்சாங்க."

"சொல்லு இப்ப அது எங்க இருக்கு .உனக்கு தெரியாமல் இருக்காது சொல்லு."

அளவிட முடியாத ஆவல்.... பரபரப்பு பாஸ்கரன் கேள்வியில்...

" நீ அத தெரிஞ்சு என்ன செய்ய முடியும். உன்னால ஒண்ணும் பண்ண முடியாது. ஆனாலும் சொல்கிறேன் நீ கேக்குறதுனால."

தூரத்தில் ஒரு ட்ரெயின் ஓடும் சத்தம்.... கவனத்தை கூர்மையாக்கி முடவன் சொல்வதைக் கேட்கிறான் பாஸ்கரன்.

மதுரைக்கு வெளியே புல் ஊத்துங்குற இடம் நாகமலை அடிவாரத்தில். ஒரு வட நாட்டுச் சாமியார் ஆசிரமம் அங்க தான் இருக்கு.

பல ஏக்கர் இடம், பச்சை பசேல்ன்னு சொகுசு ரிசார்ட்டுகள்.... அரசியல் பிரபலங்களும், பெரிய தொழில் அதிபர்களும் அந்த சுவாமிகள்ட்ட ஆசி பெறணும்ன்னு போய் வருவாங்க..... அவங்களுக்கு அங்க ஆசி மட்டும் இல்ல..... எல்லாமும் கிடைக்கும்... குடி கும்மாளம் எல்லாம் இரகசியமாய்....

ஆஸ்ரமம் பின்னாலே மலை அடிவாரத்தில ஒரு ஜடாமுனி கோவில் யாரும் போய் வர அச்சம் கொடுக்கக் கூடிய இடம்

கொள்ளையடிக்கப்படும் சிலைகள் அங்க தான் பத்திரப்படுத்தி வைக்கப்படும் ஒன்றிரண்டு ஆண்டுகள்...

நாட்கள் மாதங்கள் ஓட...

காவல் துறையும், ஜனங்களும் அப்படியொரு கொள்ளை சம்பவத்தையே மறக்க ஆரம்பிச்சுடுவோங்க. அப்புறம் சரியான ஒரு சந்தர்ப்பத்துல அந்த விலை மதிப்பற்ற சிலை வெளிநாட்டுக்கு கடத்தப்படும்...

பல நாடுகளிலும் தொடர்புடைய ஒரு புகழ்பெற்ற மருத்துவ விஞ்ஞானி மூலம் அவங்க கடத்தல் செய்றாங்க. மத்திய மந்திரிகள்ட்ட அவருக்கு இருக்கும் தொடர்பை பயன்படுத்தி அந்த கடத்தலை அவரு செஞ்சிருவாரு....

எங்களுக்கு கிடைச்ச தகவல் படி புத்தூர் கோவில்ல கொள்ளை அடிக்கப்பட்ட அம்மன் சிலை இன்னும் வெளிநாடு கடத்தப்படல.. விலை மதிப்பில்லா சிலை அது. ரொம்ப எச்சரிக்கையா அதைக் கடத்தணும்.. அப்படியொரு சந்தர்ப்பம் இதுவரை அவங்களுக்கு கிடைக்காம இருக்கலாம்."

"உன்னோட இருந்த உன் இரண்டு கூட்டாளிகள் ".

"இப்ப உயிரோடயே இல்லை." அவன் பெருமூச்சு விட, சிறிதான அதிர்ச்சி பாஸ்கரனுக்கு.

"கொன்னுட்டாங்க... ம்....குவாரியில கல் உடைக்கும். போது பெரிய பள்ளத்துல விழுந்த மாதிரி ஒருத்தனை கொன்னாங்க...

கிராமத்துல மரத்துல தூக்குல தொங்குன மாதிரி இன்னொருவன்ன கொன்னாங்க.

நான் ஒருத்தன் உயிரோட இருக்கேன்....

இன்னும் எத்தனை நாளோ... அவங்க இரகசியங்கள் எங்களுக்கு தெரியும்கிறதுனாலேயே எங்கள் உயிருக்கு உலை.

எனக்கு ஒரு மக இருக்கா ஆண்டவன் அவளுக்காகவே என்னை கொஞ்ச நாள் வைச்சிருக்கான்.. போல எனக்கு ஒரு உதவி செய்றயா...

நான் அவளை பாக்க போகும் போது தான் உன்னிடம் மாட்டினேன். என்னை கொஞ்சம் பெசண்ட் நசர் ஏரியாவுல இறக்கி விட்டுடேன்..."

அவன் கெஞ்சலாய் பார்க்க, அவனை கூட்டிச் செல்கிறான் பாஸ்கரன்..

"இடம் தெரிந்து விட்டதே என்று சிலையை எடுக்கும் முயற்சியில் உடனே இறங்காதே... அது மிக ஆபத்தான இடம். மனிதர்களை நம்பாமல் கொடிய விஷம் கொண்ட பாம்புகளை அங்கு வைத்திருக்கிறார்கள் காவலுக்கு.

கடத்துவதற்கு, இருக்குமிடத்திலிருந்து சிலையை எடுக்கும் போதுதான் உன் முயற்சி பலிக்கும் சரியான தருணத்தில் நானே உன்னை போனில் கூப்பிடுகிறேன்".

சிறிது நேர கார் ஓட்டத்திற்கு பின்பு பாஸ்கரனிடமிருந்து அவன் விடைபெறுதல்.

"வீட்டிற்கு போன பின் எனக்கு தகவல் சொல்லு." நம்பர் தருகிறான் பாஸ்கரன்

கை எடுத்து கும்பிடுகிறான் முடவன்.

எனக்கு ஆயுள் இருந்தால் உன்னை சந்திப்பேன் என சொல்லி விட்டு செல்கிறான்.

ஐதராபாத் டாக்டர் சந்திரகாந்த் வீடு மகனைப் பிரிந்து வாழும் பிரதீப் அம்மாவுக்கு இப்போதெல்லாம் எல்லையில்லா சோகம், விரத்தி, தன் கணவர் சந்திரகாந்த் மகனை தேடும் முயற்சியில் துளியும் அக்கரையில்லாததால் அவர் மீது ஆக்ரோஷம் கொண்டவனாய் ஆகியிருந்தாள். அந்த ஆக்ரோஷம் ஒரு நாள் எல்லை மீறுகிறது கணவனுடன் மோதுகிறாள்.

"எனக்கு என் மகன் வேண்டும்" என வெகுண்டெழுகிறான்.

ஆனால் சந்திரகாந்தோ "அவன் என்றைக்கு கிடைக்கிறானோ அன்று என் கவுரவம் போய்டுமே" என முகத்தை இறுகலாக்கி அவள் பேச்சை உதாசீனப்படுத்துகிறார்.

"உங்களுக்கு உங்கள் கவுரவம் தான் பெரிது என்றால் கூடிய விரைவில் என் கணவனின் வறட்டு கௌரவம் தான் என் சாவுக்கு காரணம் என இந்த உலகத்திற்கு தெரிவித்துவிட்டு என் உயிரை மாய்த்துக் கொள்வேன் முதல் தகவல் நாட்டின் பிரதமருக்கு தான்…" என வீடு அதிர சொல்லிவிட்டு தன் அறைக்குள் சென்று கதவை இழுத்து மூடி விடுகிறாள் அதிர்ச்சியடைந்த சந்திரகாந்த் இருக்கையில் அமர்ந்து தீவிர சிந்தனையில் மூழ்கிறார்.

"தன் கவுரவத்திற்கு தன் வீட்டிற்குள்ளேயே எல்லா பக்கமும் செக்"

மனதில் முட்கள் குத்த தாங்க முடியாத வேதனை கொள்கிறார். அந்த வேதனை வெறி கொள்ளச் செய்கிறது அவரை. மனதில் ஒரு திட்டம் தோன்றுகிறது சில தினங்களில் தான் நடத்தப்போகும் மதுரை மருத்துவ மாநாடு அவர் கண்முன் வந்து நிற்கிறது.

"அன்று மகனை மதுரை வரச் சொல்லலாம் அவனை பணிய வைக்கலாம் மிரட்டியோ இல்லை அறிவுரை கொடுத்ததோ. இதில் தோல்வி கண்டால் இல்லம் விட்டு ஓடியவனை இல்லாமலே செய்து விடலாம் ரகசியமாய் " விஷம் கொள்கிறது அவர் மனம் இப்படி .

மனைவியிடம் சொல்கிறார் தன் வேஷத்தை மறைத்து உன் அதிர்ஷ்டம் பிரதீப் போன் எடுத்தால் சொல்லு ஏப்ரல் பதினான்காம் தேதி மதுரையில் ஒரு மாநாடு நான் கோச்சடை மீனாட்சி ரெசிடென்சி லாட்ஜில தான் தங்குகிறேன் பிரதீப்ப அங்க வந்து என்ன பார்க்கச் சொல் நல்ல முடிவா பண்ணலாம்.

மும்பை காவல் ஆணையர் அறை

டெபிடி கமிஷனர் அமுதா அமர்ந்து பணி செய்து கொண்டிருக்க டி.ஜி.பி யிடமிருந்து போன்.

சிலை கடத்தல் தடுப்பு ஸ்பெஷல் டீம் ஒன்று தமிழ்நாடு மதுரையில் அமைக்கப்பட்டு அதில் அமுதா கண்காணிப்பாளராக பணிமாறுதல் செய்யப்பட்டுள்ளதை டி.ஜி.பி சொல்கிறார். இது மத்திய அரசு எடுத்த முடிவின் படி பிறப்பிக்கப்பட்ட உத்தரவு என்கிறார்.

உடன் பணி ஏற்பு செய்து ரிப்போர்ட் பண்ண வேண்டும் என்றும். தமிழக உள்துறை செயலாளருக்கு தமிழக டி.ஜி.பி மூலம் அறிக்கை கொடுக்கப்பட வேண்டும் என்றும் சொல்கிறார்.

உடன் சென்னை சென்று பணி ஏற்பு செய்துவிட்டு நாளை காலை தமிழ்நாடு டி.ஜி.பி அலுவலகம் போக செல்கிறார்.

111

சிலை கடத்தல் தடுப்பில் அரசு உரிய கவனம் செலுத்துகிறது என அரசு ஆதரவு பத்திரிக்கைகள் தலைப்புச் செய்தியாய் வெளியிட டி.வி சேனல்களும், அதற்கு முக்கியத்துவம் கொடுத்து பெரிதாய் ஒலி பரப்பின. அமுதா எனும் திறமை மிக்க ஒரு பெண் ஜ.பி.எஸ் அதிகாரியை அரசு பணி நியமனம் செய்துள்ளது என முழக்கம் செய்தன.

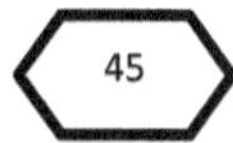


திருவண்ணாமலையில் அய்யரின் செல் ஒலிக்கிறது எடுக்கிறார் மறு முனையில் பாஸ்கரன்.

அமுதா சிலை கடத்தல் தடுப்பு டீம் தலைவராய் பணி அமர்த்தப் பட்டதையும் உங்களை தேடி வருவாள் என்பதையும் பாஸ்கரன் சொல்கிறான்.

தமிழக டி.ஜி.பி அறை - டி.ஜி.பி மற்றும் சில உயர்நிலை காவல் அதிகாரிகள் அந்த அறையில் உள் நுழைந்து ஒரு சல்யூட் செய்துவிட்டு அமுதா நிற்கிறாள்.

"ஸிட் டவுன் மிஸ் அமுதா டி.ஜி.பி கை நீட்ட ஒரு இருக்கையில் அமர்கிறாள் அமுதா. மும்பையில் இருந்து உன்ன செலக்ட் செய்து தான் இங்க போஸ்டிங் போட்ருக்காங்க."

"வித் பிளசர் ஸார் "பவ்யமான வார்த்தைகள் அமுதாவிடமிருந்து." யு பிளாங்டு தமிழ்நாடு மேலும் நீ டிரெயினிங்கில் இருக்கும் போதே உன் திறமைகளுக்காக பெயர் வாங்குனவ ஸோ நீ இங்க எடுத்துக்கிடப் போற அஸைன்மெட்டுல சக்சீட் பண்ணி அரசாங்கத்துக்கு நல்ல பேர் வாங்கிக் கொடுப்பங்குற நம்பிக்கை இங்க மேல லெவல்ல ரொம்ப இருக்கு."

"ஐ வில் டு மை பெஸ்ட் ஸார் " அடக்கமான வார்த்தைகள் அமுதாவிடம்

"ஸி இட் அமுதா" பவர் பாயிண்டில் பிரசன்டேஷன் தர ஆரம்பிக்கிறார்

கேரளம் தமிழ்நாடு, ஆந்திரா, கர்நாடகா என்ற ஸௌத் இந்தியாவில நடந்த சிலை திருட்டு விபரங்களை பவர் பாயிண்டில் காண்பிக்கிறார்.

இவ்வளவு கொள்ளைகளையும் சமூகத்துல இருக்குற முக்கிய புள்ளிகளே திரை மறைவில் இருந்து செய்றாங்க எனும் உண்மையை உடைக்கிறார்.

"மத்திய மந்திரி ஒருவருடைய நெருக்கத்த தவறா பயன்படுத்தி சில பெரிய மனிதர்கள் இதை தொழிலா செய்து, கோடி கோடியாய் கொள்ளையடிக்கிறாங்க ஒரு பெரிய யூனிட்டே இந்த செயல்ல இருக்கு இதுல சமீபத்தில நடந்த புத்தூர் அம்மன் கோவில் சிலை திருட்டு ஒரு ஹைலைட். அந்த திருட்ட வெற்றி தரமாய் செய்தது ஒரு தமிழ்நாட்டு இளைஞன்குறது புலனாய்வுல தெருஞ்சது இதோ இவன்தான் அது" என பவர் பாயிண்டில பாஸ்கரன் போட்டோ பெரிதாய் காண்பிக்கப்பட ஆயிரம் தேள் கொட்டிய அதிர்ச்சி அமுதாவுக்கு.

"இவனை பிடிக்கணும் சிலை இவன்ட்டதான் இருக்கா, இல்ல இவன ஏவியவர்களிடத்தில் ஒப்படைச்சுட்டானா.."

மீட்டிங் போய்க்கொண்டேயிருக்கு சிலையாய் அமர்ந்து கவனிக்கிறாள் அமுதா.

மீட்டிங் முடிந்து அமுதா போய்க்கொண்டிருக்கிறாள் அதிர்ச்சியிலிருந்து இன்னுமே அவளால் மீள முடியவில்லை முக்கியமாய் திருவண்ணாமலையில் பாஸ்கரன் தனது சிகை அலங்காரத்தை மாற்றியதன் மூலம் தோற்றத்தின் கெட் அப்பிலும் வேறொருருவன் போல் இருந்ததும், அதை தான் "என்ன மாமா நீங்க முழுசா மாறிட்டீகளேன்னு" நகைச்சுவை கிண்டல் அடித்ததும் நினைவுகளில் ஒடுகிறது. பிரதீப்பை தேடி ஒரு சுவாமிகளின் குடிலுக்கு ஓடியது

113

பளிச்சென கண்முன் காட்சியாய் வந்து நிற்க மனதில் ஒரு திட்டம் முதல் விசாரணையை அந்த சுவாமிகளிடத்தில் பண்ண வேண்டுமென்று.

திருவண்ணாமலை அய்யர் குடில் அமுதா வந்து நிற்கிறாள் சேலை கட்டி சாதாரணமாய். அய்யரிடம் ஆச்சரியம் எதுவும் இல்லை சலனம் ஏதுமின்றி அவர் "வாம்மா " என்று சொல்ல அமுதா தான் வித்தியாசமாய் உணர்கிறாள்.

"நல்லா இருக்கியா"

"நான் நல்லா இருக்கேன் நீங்கள்.."

"ஆண்டவன் கருணையால நல்லா இருக்கேன்."

"நான் வந்தது என்று அவள் ஆரம்பிக்க பாஸ்கரன் பற்றி விசாரிக்க என்று அவர் சொல்ல சற்றே துணுக்குற்றாள் அமுதா."

"ஆமாம் எனக்கு நீங்கள் சொல்லவேண்டும் மாமாவ போலீஸ் தேடுது காவல் கண்காணிப்பு கடுமை அடைகிறது".

"அதுவும் அமுதா ஐ.பி.எஸ் மூலம் என்பது கடவுள் சித்தம் போல அப்படித்தானம்மா. அமுதா ஐ.பி.எஸ் தன் மாமாவை தேடி கண்டுபிடிக்கும் சூழலை வேற எப்படி சொல்ல முடியும்" அதிர்ச்சியை மூடி மறைத்து "என்ன நடந்தது என்பதை நீங்கள் மறைக்காமல் சொன்னால் மேல என்ன செய்வது என நான் திட்டமிட முடியும்.

நான் அமுதா ஐ.பி.எஸ் ஆக உங்ககிட்ட வரல அமுதாவாக மட்டுமே வந்துருக்கேன் சொல்லுங்கய்யா என்ன நடந்தது " என்கிறாள்.

"நான் ஏன் மறைக்க வேண்டும் பாஸ்கரன் என் உயிரைக் காப்பாற்றியவன் என்பதால் மட்டும் இல்ல சந்தர்ப்ப சூழ்நிலை அவனை கொள்ளையரிடம் சிக்க வைத்தது. சாவின் விளிம்பிற்கு சென்ற உன்னை மருத்துவமனை வைத்தியம் மூலம் காப்பாற்ற கொள்ளையர் சொல் கேட்க வேண்டிய துர்பாக்கியம் அவனுக்கு. இயல்பாகவே அவன் நல்லவன் தீயவர்கள் திட்டத்தில் சிக்கி சிலை திருடன் என குற்றம் சாட்டப்பட்டு அவன் வாழ்க்கையை திசை மாறி ஓடித் திரிகிறான். சிலை திருடர்கள் கையில் சிலை போய் விடாதிருக்க அவன் தீட்டிய ஒரு திட்டம் அவன் கெட்ட நேரத்தால் அவனையே திருடனாக்கி விட்டது. அன்னைக்கு என்ன நடந்தது தெரியுமா" நடந்த அனைத்தையும் சொல்கிறார்.

"சிலை அவர்கள் கைக்கு போய் விடக்கூடாதே என அவன் ஆடிய நாடகம் அவனை வேறு விதமாய் சிக்க வைச்சுருச்சு முடிவு ஆண்டவன் கையில். நீ ஒரு பெரிய காவல் அதிகாரி உண்மையான திருடன் கண்டுபிடி" அனைத்து உண்மைகளையும் அறிந்த அமுதா கண்ணீர் வடிக்கிறாள். மாமாவை தொடர்பு கொள்ள வேண்டும் அவரோட தற்போதய செல் நம்பர் வேணும்

அய்யர் கொடுக்கிறார் "இதுதான் அவன் கடைசியா பேசுனது" அமுதா அந்த நம்பருக்கு போன் போட பதிலில்லை ஆனால அவன் எங்கோ இருக்கிறான் என்பதில் நிம்மதி கொள்கிறது மனது.

அமுதாவின் புலனாய்வு வேகம் கொள்கிறது. அடுத்து அவள் சென்றது குமாரி கலாவின் பங்களாவுக்கு செக் கொடுத்தவள் அல்லவா பாஸ்கரன் இருப்பிடம் அறிந்திருக்கலாம் என்ற சந்தேகம் அவளுக்கு. குமாரி கலாவை விசாரிக்கிறாள் அவள் தன்னிடமிருந்த கேமரா பதிவுகளை அமுதாவிடம் ஒப்படைக்கிறாள். அதை அமுதா பிளே செய்து பார்க்கிறாள் பாஸ்கரன் சிலை திருடவில்லை என்ற உண்மை அறிந்து நிம்மதி பெருமூச்சு விடுகிறாள்.

# 115

சம்பவத்தன்று காவலுக்கு இருந்த காவலர்கள் கைது ஆகிறார்கள்.

சில வாரங்கள் கடந்திருந்தது சென்னை அவுட்டர் கடற்கரை சாலை இரவு மணி ஒன்று ஏர்போர்ட்டிலிருந்து இ.சி.ஆர் வழியாக சென்னை திரும்பிக் கொண்டிருக்கிறான் பாஸ்கரன்

அவனது மாஸ்டர், பிசினஸ் விஷயமாய் வடநாட்டுக்கு போவதால் அவரை ஏர்போர்ட்டில் டிராப் செய்துவிட்டு திரும்பி கொண்டிருக்கும் பாஸ்கரனுக்கு இனி கொஞ்ச நாள் ப்ரீ தான்

கடற்காற்று குளிர் தந்து கொண்டிருந்தது போக்குவரத்தும் அந்த நடுநிசியில் குறைவுதான்.

சாலையில் ஒளிபாய்ச்சி அவன் கார் சென்று கொண்டிருக்க அந்த ஒளி வெள்ளத்தில் தெரிந்தது ஒரு கார் மரத்தில் மோதி நின்று கொண்டிருப்பது.

"அய்யோ பாவம் யாரோ " மனம் அடித்துக் கொள்ள.

தன் காரை நிறுத்துகிறான்.. இறங்கி செல்கிறான். " நல்ல வேளை - ஸ்டீரிங் விலகவும் பிரேக் அழுத்தியிருப்பான் போல செல்ப் டிரைவிங்" மனம் சொல்லிக்கொள்கிறது.

ஆபத்தான மோதல் தவிர்க்கப் பட்டு சற்றே எஸ் கேப் ஆன வண்டியில் ஒரே ஒரு இளைஞன் மட்டும் -உயிருக்கு ஆபத்து இல்லை. ஆயினும் காயங்கள்- இரத்தம் வடிந்து கொண்டிருந்தது. நூற்றி எட்டுக்கு போன் செய்கிறான். ஆம்புலன்ஸ் வருகிறது. காரிலிருந்தவனை ஆம்புலன்ஸில் ஏற்றுகையில் அவன் முகத்தில்... வெளிச்சம் பட அதிர்ச்சி கொள்கிறான் பாஸ்கரன்.

அன்று திருவண்ணாமலையில் தற்கொலையிலிருந்து காப்பாற்றினோமே,. கோவில் குருக்கள் இடத்திலிருந்து ஓடிப்

போனவன், அமுதா பார்க்கத் துடித்த அவளின் காதலன் அவனல்லவா... இது.

பரபரப்பு கொள்கிறது அவன் மனம்

"கடவுளே ஒன்றும் ஆகி விடக்கூடாதே.." அதீத அக்கரை கொள்கிறது மனம்.. ஆம்புலன்ஸ் ஹாஸ்பிடல் நோக்கி செல்ல பின் செல்கிறான் பாஸ்கரன்

ஹாஸ்பிடல் அட்மிஷன்....... வண்டியிலிருந்த ஆவணங்களிலிருந்து அவன் பெயர் தெரிகிறது. பிரதீப்... "தனது நண்பன் " பிளீஸ் கொஞ்சம் சீக்கிரம் பாருங்களேன்..." கெஞ்சுகிறான்.

சில நிமிட முதலுதவிக்கு பின் டாக்டர் சொல்கிறார் .

'உயிருக்கு ஆபத்தில்லை" திருப்தியுடனே மனது இலேசாக, வெராண்டாவில் அமர்கிறான் பாஸ்கரன். கடந்த வாரத்தில் அமுதாவின் போன் கால் அடுத்தடுத்து வர அதை அட்டண்ட் பண்ணாமல் விட்டது அவன் மனதில் ஓடுகிறது. அவள் காவல் அதிகாரி. தானோ தேடப்படும் குற்றவாளி.

நாட்கள் கடர்ந்து உண்மை உலகுக்கு தெரியும் வரை தொடர்பில் இல்லாதிருப்போமே... என்று எண்ணியவனுக்கு இன்று அவளின் காதலனை கண்டு கொண்ட நிலை. நர்ஸ் ஒருத்தி வருகிறாள்.

"ஸ்பெஷல் வார்டு மாற்றச் சொல்லிவிட்டார் டாக்டர்... நீங்கள் போய் வரலாம்.. நாங்க பார்த்துக் கொள்கிறோம்.. நான்கு தினங்கள் கழித்து நீங்கள் வந்தா போதும்" எனச் சொல்ல பாஸ்கரன் புறப்பட்டு செல்கிறான்..

மறுநாள் இரவு - பாஸ்கரன் அறையில் இருக்கிறான்.. செல் போன் ரிங் ஆக எடுக்கிறான்...

117

அழைப்பு அந்த முடவனிடத்திலிந்து சரியான சமயத்தில் உனக்கு தகவல் தருகிறேன் என்று சொன்னானே.. ஆவலுடன் போனை ஆன் செய்கிறான்.

"ஹலோ "

"ம்.. நான் தான் பேசுறேன்."

"சொல்லுப்பா -எப்படி இருக்க "

"நல்லா இருக்கேன்... நாளை நேர்ல பேசிக்குடுவோம். நாளை அதிகாலை பொழுது விடியும் முன்ன ஐந்து மணின்னு வைச்சுக்கிடுவோம். பெசண்ட் நகர் பீச் - வீடு கூட பக்கந்தான். வீட்டுக்குப் போயிருவோம். உங்கிட்ட முக்கிய தகவல் ஒண்ணு கொடுக்கணும்.. சரியா "

"கண்டிப்பா"

போன் கட் ஆகிறது.

பெசண்ட் நகர் பீச் காலை மணி ஐந்து முப்பது.

உடம்பை குறைக்க வாக்கிங் போவோர் நேரம் - வசதியற்றோர் குடியிருப்பு... முடவன் வீட்டிலிருந்து இறங்கி பீச் நோக்கி நடக்கிறான். தெரு விளக்குகள் வழக்கம் போல் எறியவில்லை. இருமுரடர்கள் முடவனை பின் தொடர்கிறார்கள்...

பாஸ்கரன் பீச் அடைகிறான் சொன்ன இடத்தில் சிறிது நேரம் வெயிட்டிங்... சில நிமிடங்கள் கடர்கிறது முடவனை காணோம்.

நிமிடங்கள் ஓட கடற்கரையில் சிறிதாய் நடக்கிறான் முடவனை தேடுவது போல்.

தூரத்தில் எரியும் தெரு விளக்கின் அரைகுறை வெளிச்சத்தில் அவன் கண்ட காட்சி திடுக்கிடச் செய்கிறது.

கடல் அலைகள் கரையைத் தொட்டு பின் வாங்கிக் கொண்டிருக்க முடவனின் 'மரக்கால்' தண்ணீரில் அலம்பிக் கொண்டிருக்கிறது. என்ன ஆச்சு அவனுக்கு என மனம் பதறி இடுப்பு அளவு தண்ணீரில் இறங்கி அங்கு மிங்கும் பாக்கிறான் பாஸ்கரன். முடவன் கண்ணுக்கு தெரியவில்லை. அலைகளின் ஹோவென்ற இரைச்சல்.. ஒரு பெரிய அலை மரக்காலை கரையில் கொண்டு வந்து போட மரக்காலை தொட்டு தொட்டு திரும்புகிறது அடுத்தடுத்த அலைகள். முடவனை கடல் கொண்டு சென்று விட்டது என தெரிய பேரதிர்ச்சி அவனுக்கு.

தூரத்தில் இருட்டிலிருந்து ஒரு கார் கதவு பூட்டப்படும் சத்தம். விருட்டென்று பாய்ந்து சென்று விடுகிறது கார். இந்தப் பாவிகள் தான் முடவனை கொன்று இருக்க வேண்டும் ஆத்திரம் ஆக்ரோஷம் அவனுக்கு.

கரையிலிருந்து வேகமாய் கிளம்பி குடியிருப்பு பகுதியை நோக்கி செல்கிறான்... இடிந்து கிடக்கும் கட்டடம் ஒன்றிற்குள் சென்று அமர்ந்து கொள்கிறான்..

வைத்த கண் வாங்காமல் கடலையே பார்த்துக் கொண்டிருந்தன பாஸ்கரன் கண்கள்.. வெளிச்சம் மெதுவாய் படர்ந்து கொண்டிருந்தது.
சில நிமிடங்கள் கழிய முடவன் உடலை கடல் கரையில் கொண்டு வந்து வைத்து சென்றது. பாஸ்கரன் கண்கள் கலங்கியது.

"பாவம் முடவன்- தவறும் செய்திருக்கிறான் - தண்டனையும் அனுபவித்து விட்டான்'"

119

"ஒரு மகள் இருப்பதாய் சொன்னானே."

சிந்தனை ஓட்டம் பாஸ்கரனிடத்தில்... முதலில் ஒரிருவர் உடலை பார்த்து ஒதுங்கி செல்ல சிலர் பயந்து விலகிச் செல்ல அரைக்கால் டவுசர் பையன்கள் தான் மரக்காலை பார்த்துவிட்டு நெருங்கி வந்து முடவன் முகம் பார்த்து

"டேய்... கட்ட கருப்பன் அண்ணன்டா.. கடல்ல விழுந்து செத்துப் போயிட்டாருடா விருமாயி அக்காகிட்ட சொல்வோம்... வாங்கடா

என்ற அபயக் குரலுடனே சற்று தூரத்தில் தெரிந்த குடியிருப்பின் ஒரு குறுகிய சந்துக்குள் ஓடுகிறார்கள்.

அடுத்த சில நிமிடங்களில் இளவயது பெண் ஒருத்தி அரைக்கால் டவுசர் பையன்களுடன் அப்பாங்கிற அலறலுடன் ஓடி வருகிறாள்..

காகங்கள் கூட்டம் கரைந்து வானத்தில் வட்டமிட சைரன் வைத்த போலீஸ் ஜீப், பிணம் அருகில் வந்து நிற்க நெஞ்சில் அடித்து அழுது உட்கார்ந்திருக்கிறாள் முடவன் மகள்.

ஆம்புலன்சில் பிணம் ஏற்றப்பட, மகளும் உடன் செல்ல போஸ்ட்மார்ட்டம் போகிறது முடவன் பிணம்.

மறுநாள் மாலை நேரம்.. பெசண்ட் நகர் பீச்சில் முடவன் வீட்டு சந்தில் நுழைந்த பாஸ்கரனுக்கு அவன் வீட்டை கண்டுபிடிப்பதில் சிரமம் ஏதும் இல்லாமலிருந்தது... தெருவில் பந்தல், துக்க வீட்டு அடையாளம்..

வீடு இரண்டே அறைகளுடன் சிறிதான வீடு- விளக்கு ஒன்று எரிந்து கொண்டிருக்க, முடவனின் போட்டோ மாலையுடன் -

எதிரே மகள் அமர்ந்திருக்கிறாள்.. கண்ணில் வழியும் நீரோடு சோகமாய்.

பாஸ்கரன் போய் நிற்கிறான். உடன் அமர்ந்திருந்த இரு பெண்கள் மரியாதைக்காய் எழுந்து வெளியில் சென்று விடுகிறார்கள்..

"நான் பாஸ்கரன்" ஏறிட்டு பார்க்கிறாள் மகள். ஓரிரு நிமிடங்கள் பாஸ்கரன் பேச அவள் கேட்க உள் அறைக்குள் சென்றவள் பேக்கிங் ஒன்றை எடுத்து வருகிறாள்.. பாஸ்கரனிடம் நீட்டுகிறாள்

"உங்களை வீட்டிற்கு கூட்டி வந்து சில விஷயங்கள் சொல்லி விட்டு இதைக் கொடுக்கத்தான் பீச் வரச் சொன்னார் அப்பா" தேம்புகிறாள்.

பாஸ்கரன் வெளியேறுகிறான். ஆறுதலான பார்வையுடனும், அந்த பேக்கிங்குகுடனும்

பீச்சில் ஒரு ஓரம் சென்றவன் ஆவல் மேலிட பேக்கிங்கை உடைக்கிறான். உள்ளே ஒரு கவரில் பென்டிரைவ் ஒன்று- மற்றொரு கவரில் டைரி போலும் ஒன்று இருக்கிறது. டைரியை பேக்கிங்குள்ளேயே வைத்து கொண்டு பென்டிரைவ்வை பேண்ட பாக்கெட்டில் போட்டுக் கொள்கிறான் பிரதான சாலைக்கு நடக்கிறான்...

செல்போன் ஒலிக்கிறது. பிரதீப் அட்மிட்டான மருத்துவமனையிலிருந்து... கால். "உங்கள் நண்பன் உங்களை உடனே பார்க்க வேண்டுமாம்... கொஞ்சம் வாறீங்களா."

அவனைப் பார்க்கும் ஆவல் மற்ற எல்லாவற்றையும் அமுக்கி விட நேராய் மருத்துவமனை செல்ல முடிவு கொள்கிறான்.

பிரதீப் அட்மிட் ஆகியிருக்கும் மருத்துவமனை அறையிலிருந்து வருகிறார் டாக்டர். வெராண்டாவில் இருந்த பாஸ்கரன் ஆவலாய் டாக்டரை நெருங்குகிறான்-

121

"உங்கள் நண்பர் நவ் ஆல்ரைட் இனி ஒண்ணும் பயமில்லை.. நீங்க போய் பாருங்க "

உள்ளே செல்கிறான் பாஸ்கரன்.. இருவரும் ஒருவர் முகம் ஒருவர் பார்க்க பிரதீப் ஆச்சர்யம் கொள்கிறான்.

"நீயா" எனும் சொல்லுடனே ஆவல் மேலீட்டில் கை நீட்ட பாஸ்கரன் ஆறுதலாய் அவன் கரம் பற்றிக் கொள்கிறான்..

"நண்பர்கள் கெட்டுகதர் மகாபலிபுரம் போயிருந்தேன். அவங்கெள்ளாம் தங்கிட்டாங்க... நான் திரும்பும் போது என் கெட்ட நேரம் டிரைவிங்ல ஒரு செகண்ட் கண் அயர்ந்துட்டேன் கடவுள் தான் உன்னை அனுப்பி வைச்சார் போல?"

"ஆமா.. எல்லாம் ஆண்டவன் செயல்தான். திரும்ப உன்னை சந்திக்கணும்ணு இருந்திருக்கு... உங்க கிட்ட நிறைய பேசணும்... இரண்டு நாளா ஒரே டென்ஷன்.. கொஞ்சம் ரிலாக்ஸ் பண்ணிக்குடுறனே"

"ஓ எஸ் பா..." தன் பர்ஸ் கைக்குட்டையை, பேண்டிலிருந்து எடுக்கிறான். அனைத்தையும் மேஜையில் வைத்து விட்டு பாத்ரும் செல்வதற்காக....

அவனையறியாமல் அவன் பாக்கெட்டிலிருத்து பென்டிரைவ் நழுவி கீழே விழுந்து விடுகிறது. அவன் பாத்ரும் நுழைய. ரூம் கிளினர் ஒருத்தி அறைக்குள்ளே நுழைகிறாள். கிளீன் பண்ணுவதற்காக பென்டிரைவ் கீழே கிடக்க அது என்னவென்று அறியாமலே அதை எடுத்து மேஜையில் ஒரு இடத்தில் வைக்கிறாள். அந்த இடத்தில் பிரதீப் உடைமைகள் அவனது ஒரு பென்டிரைவ்வும் இருக்கிறது.

சில நிமிடங்களில் பாஸ்கரன் பாத்ரூமிலிருந்து வெளி வருகிறான். அதே நேரம் நர்ஸ் ஒருத்தி உள் நுழைந்து

"டாக்டர் ரொம்ப பேச வேண்டாம்ணு சொன்னார் ப்ளீஸ்" என்று சொல்ல

"பை பா... நாளை டிஸ்சார்ஜ் ஆகிடலாம்ன்னார் டாக்டர் நாளை நான் வந்திடுறேன்.. சி.யு. ஆல் தி பெஸ்ட்" என்று அவன் தோளைத் தொட்டு விட்டு அறையினின்றும் வெளியேற தயாராகிறான் பாஸ்கரன்.

மேஜை மீது வைத்த தன் பர்ஸ் கைக்குட்டையை எடுத்தவன் அவசரத்தில் தனது பென் டிரைவ் என நினைத்து பிரதீப் பென்டிரைவ்வை எடுத்து பாக்கெட்டில் வைத்துக் கொள்கிறான்..

அறையினின்றும் வெளியேறுகிறான்.

மருத்துவமனையிருந்து புறப்பட்ட பாஸ்கரன் தன் வீடு வந்து சேர்கிறான். மனம் கொள்ளா ஆவலுடனே பேக்கேஜி லிருந்து டைரியை விரிக்கிறான். முதல் பக்கத்தில் பெரிதாய் ஒரு மூக்கு கண்ணாடி படம் படத்தின் கீழே பெரிய எழுத்துக்களில்

"எல்லாமும் கட்டளைகள்" எனும் வாசகம் உட் பக்கங்களை புரட்டிகிறான்.

தமிழ்நாடு மட்டுமின்றி தென் இந்திய முக்கிய கோவில்கள் அமைந்திருக்கும் இடங்கள், அங்கிருக்கும் சிலைகள் பற்றி விவரங்கள் காணப்படுகிறது. மேலும் பக்கங்களை புரட்டி சிலைகளை கடத்துவதற்குண்டான செயல்திட்டங்கள் கடத்தியது கடத்தப்பட விருப்பது விலாவாரியாக புத்தூர் அம்மன் சிலையை பற்றிய விபரமும் கடத்துவதற்குண்டான திட்டமிடுதலும், நிறைய பக்கங்களில் படிக்க படிக்க அதிர்ச்சியில் உறைகிறான் பாஸ்கரன்.

எங்கோ ஒரு பெரிய அத்தாரியிடமிருந்து வரும் உத்தரவுகள் அதன் பின்னால் செய்த செயலாக்கங்கள் டைரி முழுவதும்.

டைரி உள்ளே ஒரு பேப்பர் முடவனின் கையெழுத்து தான். புத்தூர் அம்மன் சிலையை திருடிய பின் அதை எங்கெங்கோ வைத்திருந்தார்கள். எவ்வளவோ முயன்றும் எங்களால் அந்த மறைவிடத்தை அறிந்து கொள்ள முடியவில்லை. இவ்வளவு நாட்களாய். இரு தினங்களுக்கு முன்பு எங்களுக்கு கிடைத்த தகவல் படி இப்ப அந்த சிலை இருப்பது மதுரை நாக மலையில். நாகமலை அடிவாரத்தில் ஒரு அடர்ந்த வனம் வனத்தின் உள்ளே சிறிதாய் ஒரு கோயில் ஐடாமுனி கோவில்னு சொல்வாங்க. கோயிலை சுற்றிலும் நிறைய ஆலமரங்கள், படுக்கை பாறைகள். சித்திரை மாத பிறப்பன்று கோவில் கலசத்தின் நிழல், பொழுது இறங்கும் நேரம் பூமியில் எந்த இடத்தில் விழுகிறதோ அந்த இடத்தில் ஒரு படுக்கை பாறை இருக்கும். பாறையை அகற்றினால் இயற்கையாய் ஒரு பள்ளம். அங்குதான் அம்மன் சிலை மறைத்து வைக்கப்பட்டுள்ளதாய் எங்களுக்கு தகவல். அது கொடிய சர்ப்பங்கள் திரியும் இடம். கோவிலைச் சுற்றி நிறைய ஆலமரங்களும் படுக்கை பாறைகளும் இருப்பதால் அடையாளம் தெரியதான் ஒரு வீடியோ எடுத்திருக்கிறார்கள். பென்டிரைவ்வில் இருக்கிறது அந்த வீடியோ வீடியோவின் ஒரு நகல் எப்படியோ எங்க ஆள் ஒருத்தனுக்கு கிடைத்தது. அவர்கள் ஆட்கள் வரும் சித்திரை மாத பிறப்பன்று சிலையை எடுத்து ஒரு டாக்டரிடம் ஒப்படைக்க திட்டம். மேலும் ஒரு நல்ல விஷயம் நேர்மையான ஒரு பெண் காவல் அதிகாரி சிலை திருட்டு கண்டுபிடிப்பதற்காக மதுரையில் வந்து இறங்கியிப்பதாய் தகவல்.

"இந்த தடவை அவர்கள் கூண்டோடு மாட்டுவாங்க. சிலையோடு. உன் கஷ்டமெல்லாம் தீரும் "

"இருந்தாலும் ஒரு எச்சரிக்கை அந்தப்பெண் காவல் அதிகாரி மீது பெரும் வஞ்சம் கொண்டுள்ளானாம் அந்த டாக்டர் சந்திரகாந்த். அந்த அதிகாரிக்கு என்ன ஆபத்து வேண்டுமானாலும் நேரலாம் அவனால்

"மனிதன் நினைத்து ஆவதென்ன நல்லோர்க்கு நல்லதே நடக்கும் நண்பா."

டைரியை மூடி வைத்த பாஸ்கரன் லேப்டாப்பில் தன்னிடமிருந்த பென்டிரைவ்வை பிளே செய்கிறான். சாப்ட்வேர் பணி சம்மந்தமான கண்டண்ட் ஓட ஆரம்பிக்க... குழப்பம் அடைகிறான். பிரதீப்காந்த் ஜீ மெயில் டாட்காம் எனும் ஐடிக்கு வந்த மெயில்கள் இருக்க புதிர் விலகி அதிர்ச்சி அடைகிறான். புறப்படும் அவசரத்தில் மேசை மீதிருந்த பென்டிரைவ்வை எடுக்கையிலே தவறுதலாய் பிரதீப்புடைய பென்டிரைவ்வை தான் எடுத்துக் கொண்டுவந்தது அவன் கண்முன் காட்சியாய் ஓடுகிறது.

பெரும் அதிர்ச்சி அவனுக்கு மனம் பக் பக்கென அடித்துக்கொள்ள கடிகாரத்தை பார்க்கிறான் மணி இரவு பத்து" இப்போது அவனை பார்க்க விடுவார்களா " என மனம் துடிக்கிறது. அவன் செல் நம்பரையும் வாங்காது வந்து விட்டோமேயென நொந்து கொள்கிறான். மருத்துவமனையை தொடர்பு கொள்ள பளிச்சென எண்ணம் வர நெட் ஓபன் செய்து மருத்துவமனை நம்பர் எடுக்கிறான். மருத்துவமனையை தொடர்பு கொண்டு அறை எண்ணைச் சொல்ல நர்ஸ் பேசுகிறாள்.

"நீங்க போயி கொஞ்ச நேரத்தில் டாக்டரை ரொம்ப கெஞ்சி கேட்டு டிஸ்சார்ஜ் ஆகிட்டாரு பிரதீப்."

"எதுவும் சொல்லிவிட்டு போனாரா" தாங்கொணா ஆவல் அவனிடத்தில்

"இல்ல ஹாஸ்பிடல் ரிஸிஸ்டரில் அட்டெண்டர் விபரம் பார்த்து உங்க அட்ரஸை வாங்கிக்கொண்டார் வேற ஒண்ணும் சொல்லல .

பதற்றம் கொண்ட பாஸ்கரனின் கண்களில் வெராண்டா ஜன்னல் திறந்திருப்பது தெரிகிறது. ஜன்னல் திறத்திருக்கே ஜன்னல் திண்டினில் ஒரு சின்ன பேக்கேஜ் இருக்கக்

கண்டான். அவன் உடல் முழுவதும் அது என்னவென்ற ஆவல். ஓடிச்சென்று அதை எடுத்து பிரிக்கிறான். அதன் உள்ளே ஒரு பென்டிரைவ் ஓ இது அந்த மருத்துவமனையில் பிரதீப் அறையில் விட்டு விட்டு வந்த பென்டிரைவ் அல்லவா அவன் கண்முன்னே பென்டிரைவ்வை மாற்றி எடுத்த அந்த காட்சி நினைவுக்கு வருகிறது.

அடுத்த நொடி செல்போன் ஒலிக்கிறது எடுக்கிறான்.

"நண்பா நான் பிரதீப் பேசுறேன்." பரவசம் கொள்கிறான் பாஸ்கரன்.

"சொல்லு பிரதீப் இப்ப எங்க இருக்க உன்ன உடனே பாக்கணும்"

"நீ பார்க்க துடிப்பேன்னு தெரியும் பாஸ்கரா.... ஆனால் நான் தான் வெகுதூரம் வந்துட்டேன். நீ இப்ப நான் வைச்சுட்டு வந்த பென்டிரைவ்வை எடுத்துருப்ப. நீ என்னுடைய பென்டிரைவ்வ மாற்றி எடுத்துட்டு போக உன் பென்டிரைவ்வை ஆன் செய்த எனக்கு அதிர்ச்சி மேல் அதிர்ச்சி. அதில் தான் எத்தனை மர்மங்கள். நீ நல்லவன் சிலையைத் திருடியவன் நீ இல்ல ஆனா அந்த திருட்டின் மூல கர்த்தா என்னைப் பெற்றவர்......

அவன் ஒரு விநாடி நிறுத்த பாஸ்கரனின் உடல் முழுவதும் சர்ப்பம் தீண்டியது போல் இருந்தது.

"சொல்லவே நாக்கு கூசுது எனக்கு. ஆமாம், கோவில் சிலைகள் திருட்டின் கோந்திரம் அதன் முக்கிய குற்றவாளி என்னைப் பெற்றவர். இது மட்டுமல்ல என் வாழ்வை கெடுத்து என்னை தெருவில் அலைய விட்டது அவரின் வறட்டுக் கௌரவம். அவரின் அந்த கௌரவம் என் காதலை வேரோடு அழிக்கவும் பார்த்தது.

ஆனால் கடவுள் என் பக்கம் நண்பா... நான் என் காதலியை சந்தித்து விட்டேன்..."

ஆச்சரியம் கொண்ட பாஸ்கரனின் முகத்தில் அரும்பியது திருப்தி, ஒரு ஒளியுடன் மகிழ்ந்தது அவன் மனம்.

தொடர்கிறான் பிரதீப்.... ஒரு நண்பன் கொடுத்த தகவல் மூலம் நான் என் அமுதாவை பார்த்தேன். வரும் வெள்ளி அன்று எங்கள் திருமணம்... இடையில் நான்கே நாட்கள்.

கண்முன் தொங்கும் காலண்டரில் படிந்து திரும்புகிறது பாஸ்கரனின் கண்கள்.

"இப்படி ஒரு சந்தோஷ சூழலில் தான் உனது பெண்டிரைவ் மூலம் இவ்வளவு மர்மங்களும் வெளிச்சத்திற்கு வந்துருக்கு... என்னை பெற்ற தாய் எத்தனையோ முறை என்னை தொடர்பு கொள்ள முயன்றும் நான் தவிர்த்து விட்டேன் அவள் அழைப்புகளை. ஆனால் என் திருமணத்தை என் அம்மாவுக்கு சொல்ல மனம் துடித்தது. நேற்றுத்தான் அவளை தொடர்பு கொண்டேன். நீண்ட நாள் கழித்து நான் பேசியதிலும் என் திருமண முடிவு அறிந்ததிலும் அளவற்ற ஆனந்தம் அவளுக்கு. அம்மாட்ட பேசியதால் ஒரு முக்கிய விஷயமும் நான் அறிய நேர்ந்தது. ஒரு மருத்துவ மாநாட்டிற்காக என் அப்பா அந்த கொடுரன் ஏப்ரல் பதினான்கு தமிழ்நாடு மதுரை வருகிறாராம் அதாவது சித்திரை ஒன்று தங்குவது கோச்சடை எனும் இடத்தில் மீனுட்சி ரெசிடன்ஸியாம்... நீ இந்தியா தமிழ்நாட்லதான இருக்க அவரை சந்தி நானும் அவர்ட்ட சொல்லிருறேன். அவர் இப்ப நிறையவே மாறிட்டாரு என்கிறாள் அந்த வெள்ளை மனசுக்காரி என் அம்மா..

அந்த கயவன் சிலையை எடுத்துச் செல்லத்தான் இந்த மருத்துவ மாநாடு ஏற்பாட்டு நாடகம் இருக்கும்

நீ தேடி திரியும் அந்த சிலையை நான் அவரிடமிருந்து மீட்பேன் நீ நிரபராதி என்பதை நான் நிருபிப்பேன்.... பை நண்பா நாம் அடுத்து சந்திப்பது சந்தோஷத்தின் உச்சமாய் இருக்கும்."

போன் கட் ஆகிறது "கோச்சடை மீனாட்சி ரெசிடன்ஸி..." உதடுகள் முணுமுணுத்துக் கொள்ள அளவற்ற ஆவலுடன் பென்டிரைவ்வை பிளே பண்ண அமர்கிறான் பாஸ்கரன்.

பிரதீப் வைத்துவிட்டு சென்ற பென்டிரைவ் பிளே ஆகிறது நாகமலையின் வடக்கு சரிவு சமவெளி அடர்ந்த வனம் ஐடாமுனி கோவில் கோபுரத்துடனே கலசத்தின் நிழல் படுக்கை பாறை.

வீடியோ முடிய ஓர் ஆடியோ அது அந்தப்பெரிய அத்தாரிட்டி பேசுவது. இது அந்த மருத்துவராய்த்தான் இருக்க வேண்டும். யூகித்துக் கொள்கிறான் பாஸ்கரன். வரும் சித்திரை மாத பிறப்பன்று சிலையை எடுத்து ஒப்படைக்க உத்தரவு அந்த குரலில் காலண்டரை மீண்டும் பார்த்த பாஸ்கரன் உடலெங்கும் ஒரு துடிப்பு கடவுளே நாளையல்லாவா சித்திரைப் பிறப்பு.

அடுத்த அரை மணி நேரத்தில் பாஸ்கரனின் கார் மதுரை நோக்கி சீறிப் பாய்ந்து செல்கிறது.

சில மணி நேரங்களுக்கு முன் சென்னையை விட்டு புறப்பட்ட பிரதீப் கார் திருச்சி காவேரி ஆற்றை கடந்து கொண்டிருந்தது.

நான்கு வழிச்சாலையில் பிரதீப் தனது காரில் பயணம் பாஸ்கரன் அவனது காரில் பயணம். இலக்கு ஒன்றுதான்.

மதியமே மதுரை கோச்சடை மீனாட்சி ரெஸிடன்சி லாட்ஜ் அடைந்த பிரதீப் தனக்கென ஒரு அறையை புக் செய்து கொள்கிறான். டாக்டர் சந்திரகாந்த் அறை எண்ணை கேட்டு தெரிந்து கொள்கிறாள்.

சூரியன் மேற்கே இறங்கிக் கொண்டிருந்த மாலைப் பொழுது. நாகமலையின் வடக்கு அடிவாரம்.. ஆள் அரவமற்ற ஜடாமுனி கோவில் சமவெளி. பெரும் ஓசையுடனே ஆலமரங்களில் சுழன்று சுருட்டி வாரி அடித்துச் செல்கிறது பேய் காற்று...

எங்கிருந்தோ மண்சாலையில் ஓடிவந்த கார் ஒன்றிலிருந்து நால்வர் இறங்கி கோயில் கோபுர நிழலை கண்காணிக்கிறார்கள்.

கோவிலின் அந்த சின்ன கோபுரத்தின் கலச நிழல் பூமியில் ஒரு படுக்கை பாறையில் விழுவதை பார்த்து விட்ட அவர்கள் சுற்றும் முற்றும் பார்க்கிறார்கள். ஆள் அரவமற்ற நிசப்தம். பொழுது இருட்ட சற்றே காத்திருக்கிறார்கள். அவர்கள் வந்ததையும் நிற்பதையும் ஆலமர உச்சி கொப்பினில் இருந்து பார்த்துக் கொண்டிருந்தன பாஸ்கரனின் கண்கள்.

சூரியன் முற்றிலும் மறைந்து விட இருள் பரவ தொடங்குகிறது. வந்திருந்தவர்களின் முரட்டுக்கரங்களும், கொண்டு வந்திருந்த உருட்டுக் கம்பிகளும் டார்ச் லைட் ஒளியினில் படுக்கை பாறையை புரட்டிப் போடுகிறது. ஆள் உயர பள்ளம் தெரிய உள் இறங்குகிறார்கள் இருவர். துணி சுற்றப்பட்ட ஒரு மரப்பெட்டியை அவர்கள் தூக்கி தர பெட்டி கார் அருகே கொண்டு வரப்படுகிறது.

கார் டிக்கியில் பெட்டியை வைத்தவர்கள் வண்டியில் ஏற கதவைத் திறக்கிறார்கள். பாதி முகம் மறைத்த தொப்பியுடனே ஆள் ஒருவன் உள் இருக்க பெரும் அதிர்ச்சி அவர்களுக்கு. அடுத்த நொடி இருவர் ரிவால்வாரை எடுக்க, மற்ற இருவர் கைகயில் இரும்புக் கம்பிகள்.

பாஸ்கரன் புயலாய் பாய்ந்து தாக்குகிறான் அவர்களை துப்பாக்கிகள் தெறித்து விழுகின்றன.

அம்மன் சிலை இருக்கும் பெட்டியை கைப்பற்றும் வெறி பாஸ்கரனுக்கு அசுரபலம் கொடுக்க, அவனது தாக்குதலை எதிர்கொள்ள முடியாமல் திணறுகிறார்கள் நால்வரும்.

இருந்தும் ஒருவன் எதிர்பாராமல் கம்பியால் தாக்க மயங்கி சரிகிறான் பாஸ்கரன். பெட்டியை கொண்டு போனால் போதுமென நால்வரும் நொடியினில் வண்டிக்குள் புகுந்து காரில் புயலாய் பறக்கிறார்கள்.

சிறிது நேரத்திலேயே மயக்கம் தெளிந்த பாஸ்கரன் தூரத்தில் மறைவனில் நிற்கும் தனது காரை நோக்கி ஓடுகிறான்.

காரில் ஏறிய பாஸ்கரன், காரை கோச்சடை மீனாட்சி ரெஸிடன்ஸி நோக்கி மின்னவாய் செலுத்தி லாட்ஜ் அருகில் சென்று காரை சாலை ஓர தோட்டம் ஒன்றில் மறைவாய் நிறுத்துகிறான். லாட்ஜ்ஜின் பின்புற கேட் வழியாக உள்ளே நுழைகிறான். அது ஒரு பெரிய சமையல் அரங்கம். யார் கண்ணிலும் படாதவாறு தூண்கள் மறைவிலும் சுவர் மறைவிலும் ஒளிந்து ஒளிந்து லாட்ஜின் பின்புறம் அடைகிறான். பின்புற படிக்கட்டு வழியாய் சாதாரண ஸ்டேயர் போலும் ஒவ்வொரு தளமாய் ஏறுகிறான். ஒரு கேமிரா வியூ பாயிண்ட் இருக்க அதன் முன் நின்று கண்காணிக்கிறான்..

தான் ஐடாமுனி கோவிலில் பார்த்ததில் இருவர் மட்டும் டிராவல் பேக்குடன் கடைசி ஒரு அறைக்கு நடந்து செல்வதை பார்க்கிறான். அவர்கள் போன பின் சிறிது நேரம் கழித்து அந்த அறைக்குள் சென்று டிராவல் பேக்கை கைப்பற்ற திட்டமிடுகிறான் காத்திருக்கிறான்.

இரண்டே நிமிடங்களில் டிராவல் பேக்குடன் வந்த அந்த இருவர் வெளியேறி சென்று விடுகிறார்கள். ஆனால் இளைஞன் ஒருவன் அதே அறைக்குள் செல்வது தெரிகிறது

யாரென அடையாளம் கண்டு கொள்ள முடியவில்லை. கேமிராவையே வைத்த கண் வாங்காமல் பார்த்து கொண்டிருக்கிறான் சில நிமிடங்கள் கழித்து இருவர் சண்டையிட்டுக் கொண்டு மேல் மாடி ஓபன் டெரஸீக்கு செல்வது தெரிகிறது இதுதான் சமயம் என அந்த அறைக்குள் செல்கிறான். டிராவல் பேக் டெஸ்கில் இருக்க அதை எடுத்துக் கொண்டு அறைவெளியே வருகிறான்.

அந்த தளத்தில் அது கடைசி அறை. ஆகையால் ஓபன் டென்னிஸில் இருவர் சண்டையிடுவதும் வாக்குவாதம் செய்வதும் கேட்கிறது. ஒன்று கேட்ட குரலாய் இருக்கிறதே சற்றே நின்றவன் அது பிரதீப் குரல் என உறுதி கொள்கிறான். அடுத்த நொடி "டு மீல்" என துப்பாக்கி சுடும் சத்தம் அதிர்ச்சி கொண்ட பாஸ்கரன் மேலே ஓடிச் சென்று பார்க்க, கையில் துப்பாக்கியுடன் பிரதீப். குண்டு பாய்ந்து இரத்த வெள்ளத்தில் ஒருவர். அப்பா என்ற தேம்பல் பிரதீப்பிடம். பேரதிர்ச்சி பாஸ்கரனுக்கு.

"பிரதீப் நீ வாழ வேண்டியவன் கொடு அந்தத் துப்பாக்கியை பிளீஸ்" கை எடுத்து கும்பிடுகிறான். போலீஸ் வருகிறார்கள். பாஸ்கரனின் கண்டிப்பு பிரதீப்பை ஓட வைக்கிறது, துப்பாக்கியை பாஸ்கரன் கையில் கொடுத்து விட்டு.

50

இரவு மணி பத்து டெல்லியில் டாக்டர் சந்திரகாந்த் வீடு. லேண்ட் லைன் போன் அலறுகிறது. பிரதீப் அம்மா போனை எடுக்கிறாள். சந்திரகாந்த் சுட்டுக் கொல்லப்பட்ட செய்தியை ஒரு உயர்நிலை காவல் அதிகாரி சொல்ல நெஞ்சை அடைக்கிறது அவளுக்கு. "ஆ" எனும் ஒரே வார்த்தை. மாசிவ் ஹார்ட் அட்டாக். அவள் உயிர் பிரிய போனை பிடித்த படியே தரையில் விழுகிறாள்.

&

சந்திரகாந்த் டாக்டரின் நெருங்கிய நண்பரும், மதுரையில் ஒரு பிரபல மருத்துவருமான டாக்டர் பாலச்சந்தரின் வீடு. மாநாட்டு ஏற்பாடுகளை எல்லாம் செய்த லோக்கல் ஆர்கனைசர் இவர்தான். ஆனால் சூதுவாது ஏதும் அறியாத நல்லவர்.

தன் படபடப்பையெல்லாம் மறைத்து அவர் வீட்டிற்கு செல்கிறான் பிரதீப்.. அப்பாவை பார்க்க வந்த இடத்தில் அவர் கொலையுண்டு விட்டாரே என சோகம் ததும்ப தேம்புகிறான். அம்மாவை தொடர்பு கொள்ள முடியவில்லை. அம்மாவுக்கு என்ன ஆச்சோ, என என் மனம் பதறுகிறது. நான் உடனே டெல்லி செல்ல வேண்டும். அப்பா உடல் போஸ்ட்மார்டம் முடிந்து பாடியை டெல்லி அனுப்ப ஏற்பாடு செய்யுங்கள் அங்கிள். பிளீஸ் எனக் கெஞ்சுகிறான்.

மதுரை சென்ட்ரல் ஜெயில்.

இரு தினங்களாக, கடந்த தன் வாழ்வினை எண்ணி பாஸ்கரன் அமர்ந்திருக்க, காலம் தன் கடமையை செய்யும் என்பது போல் வெள்ளி விடிந்தது, ஜெயில் பக்கத்து ஆலயத்தின் மணி ஓசையுடனே.

ஜெயில் காவலன் நல்லவன் ஒருவன் கதவருகே வருகிறான்.

"என்ன பாஸ்கரா பித்துப் பிடித்தவன் மாதிரி உட்கார்ந்திருக்க. புரிஞ்சிக்க முடியாதவன்பா நீ இந்தா இன்றைக்கு வெள்ளிக்கிழமை மீனாட்சி அம்மன் கோவிலுக்கு போயிட்டு தான் டூட்டிக்கு வந்தேன். இந்த விபூதி குங்குமத்தை நெற்றியில் வச்சுக்கோ. எனக்கு எந்த கைதியை யாவது மனசுக்கு பிடிச்சிருந்தா அவனுக்கு மட்டும்

இப்படி குங்குமம் வச்சுக்க கொடுப்பேன். இன்னைக்கு உனக்கு கொடுக்கணும்னு மனசு சொல்லுது."

இரும்பு கம்பி கேட் அருகே வருகிறான் பாஸ்கரன். குங்குமத்தை வாங்கியவன் சாந்தமாய் காவலரை பார்க்கிறான். அவன் மனதிற்குள்

"வெள்ளிக்கிழமை.. ஓ.... அது... இன்னைக்கு தானா...."

அமுதா தன் திருமணம் சொன்னது அவன் கண்முன்னே வந்து நிற்கிறது.


சலனமின்றி அவன் நிற்க "ஓ... குளிச்சிட்டு தான் விபூதி வைப்பாய உண்மையான பக்தன் நீ தாம்பா. உனக்கு ஒரு விஷயம் தெரியுமா. மதுரையில் கடவுள் இன்னும் திருவிளையாடல் நடத்திக்கிட்டே தான் இருக்காரு. நீ கொலை செஞ்சியே, அந்த டாக்டரு சந்திரகாந்த். அவர் மகன் பிரதீப்புன்னு பேராம், நம்ம எஸ்.பி அமுதா அம்மா அந்தப் பையனை காதலிச்சு இருக்காங்க. இன்னைக்கு கல்யாணம்னு பெரிய அதிகாரிகள் எல்லாம் விருந்துக்கும் வரச் சொல்லிருந்தாங்களாம். அப்பா செத்துப் போக கல்யாணம் எப்படி நடக்கும். டெல்லிக்கு தகவல் சொல்லவும் அவங்க அம்மாவும் மண்டையைபோட்டிருச்சாம். காவலர் பாஸ்கரன் கண்படும் தூரத்திலிருந்து சென்றுவிட சத்தம் மட்டும் விழுகிறது அவன் செவிகளில். கல்யாணம் எப்படி நடக்கும்.

மீண்டும் அறை மூலையில் சென்று அமர்கிறான் பாஸ்கரன். கல்யாணம் நடக்கும். கடவுள் அருளால். இன்றில்லாவிட்டால் இன்னொருநாள்... கொஞ்சம் இப்படி நினைத்துக் கொள்ள அவன் முகத்தில் நம்பிக்கை ரேகைகள்.

டெல்லி மயானம். முக்கிய பிரமுகர்கள் நிறைய பேர் வந்திருக்க தாய்க்கும், தந்தைக்கும் எரியூட்டுகிறான் பிரதீப்.

# 133

அன்று இரவு பிரதீப், அமுதா போன் உரையாடல். இந்த நேரத்தில் உங்களுடன் இருந்து ஆறுதல் சொல்ல முடியாமல் போய்விட்டதே என வருத்தம் தெரிவிக்கிறாள். எனக்கு இனி எல்லாமும் நீ தான் அமுதா. விரைவில் சென்னை வருவேன் என்கிறான் பிரதீப்.

செ்ன்னை கிழக்கு கடற்கரை சாலை.

ஏக்கர் கணக்கில் இடமும், நடுவில் மிகப்பெரிய பங்களாவுமாய் அமையப் பெற்ற ஒரு பெரிய தமிழக அமைச்சரின் சொந்த இல்லம்.

அமைச்சர் போன் உரையாடலில் இருக்கிறார்.

"என்ன இப்ப போட்டிருக்கிற அந்த எஸ்.பி அமுதாவுக்கு அவன் உறவா."

"உறவுங்கிறது மட்டும் இல்ல சார். ஒரே இரத்தம். அவனோட சொந்த அக்கா மக தான் அந்த எஸ்.பி அமுதா. அவளோட தாய்மாமன் அவன்." புலனாய்வு எப்படி சார் சரியா போகும்.

"இது தெரியாமலா டெல்லியிலிருந்து அந்த எஸ்.பி ய இங்க போஸ்டிங் போட்டாங்க. இப்படித்தான் குளுறுபடியா நிறைய பண்ணிடுறாங்க சென்ட்ரல்ல. டிஜிபி ட்டச் சொல்லி நான் அந்த எஸ்.பி.ஜ டெல்லிக்கே சரண்டர் பண்ண சொல்லிடுறேன்." உரையாடல் தொடர்ந்து கொண்டே இருக்கிறது.

"எஸ் சார்.... எஸ் சார்..... ஓகே சார்.. குழைவாய் சொல்லி போனை வைக்கிறார் பேசியவர். ருத்ரன் எஸ்.பி- எனும் மின்னும் எழுத்துக்கள் உள்ள நேம் பிளேட் அவர் மேஜையில்.

ருத்ரன் எஸ்.பி. தான் நினைத்தது நிறைவேறிய திருப்தியுடனே தம்ஸ் அப் காண்பிக்கிறார். தன் எதிரில் அமர்ந்திருக்கும் தனது டீம் டி.சி யைப் பார்த்து.

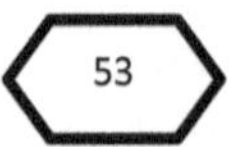

விரைவில் வருகிறேன் என்று அன்று அமுதாவிடம் சொன்ன பிரதீப் சொன்னவாறே மதுரை செல்லத் திட்டமிடுகிறான். அமுதாவிடம் நாளை நான் வருகிறேன் என போனில் சொல்கிறான்

மறுநாள் பிரதீப் அமுதா வீட்டை அடைகிறான். அவனை ஆவலோடு எதிர்பார்த்திருந்த அமுதா அவனை வரவேற்று லக்கேஜ் எடுத்துக்கொண்டு உள்ளே செல்ல, கதவை தாளிட்டு விட்டு பிரதீப் வருகிறான்.

சோகம் பகிர பிரதீப் நெஞ்சில் அமுதா முகம் புதைத்து கொள்கிறாள். அவளை முகம் நிமிர்த்தி பார்க்கிறான் பிரதீப்.

"நான் எப்போதும் போல் துரதிஷ்டசாலியாகவே இருக்கேன் பிரதீப். நம்ம என்னவெல்லாம் கனவு கண்டோம். என்னுடனே பிறந்த துரதிஷ்டம் உங்கள அம்மாவையும் இழுக்க வச்சிருச்சு." தேம்புகிறாள் அவள்.

அவள் உதடுகளில் அவன் விரல் வைத்து மூடி. "ஏன் அப்படி சொல்ற, நடக்கிறத யார் தடுக்க முடியும்."

அவளை அவன் தேற்றினாலும் ஒரே நேரத்தில் தாய் தந்தையை இழந்த மனவருத்தம் அவன் முகத்தில் நிழலாடுவதை அவள் உணர்கிறாள். அதுவும் அவனுக்கு அம்மா என்றால் உயிராயிற்றே.

தன் மீது கொண்ட காதலால் அந்த உயிரான தாயையும் பிரிந்து வந்தானே. இறுக பற்றி அவனுக்கு ஆறுதல் தருகிறாள்.

"நமக்குன்னு உறுத்தான உறவு யாருமே இல்லாம போயிட்டோம் இல்லையா அமுதா."

அவன் கேட்க பாஸ்கரன் முகம் அவள் கண்முன் ஒரு நொடி வந்து செல்கிறது. அவள் கண்கள் கலங்குகின்றன.

நான் டின்னர் தயாரிக்கிறேன். நீங்க டிரஸ் சேஞ்ச் பண்ணிக்கங்க. அவள் கிச்சனுக்குள் செல்கிறாள்.

ரெவ்ரஸ் ஆகிக் கொண்ட பிரதீப் மேஜை முன் வந்து அமர்கிறான். பிரதீப் ஊரிலிருந்து வரும் முன்னே அமுதா பார்த்துக்கொண்டு இருந்த ஒரு போட்டோ ஆல்பம் மேசையில் இருக்கிறது. அமுதா ஐ.பி.எஸ் மற்றும் குடும்பத்தார் என்று பெரிய எழுத்துக்கள் ஆல்பத்தின் அட்டையில்.

போட்டோக்களை அவன் பார்க்க ஆரம்பிக்க. அமுதா வருகிறாள். "ஓ ரெடியாயிட்டீங்களா" என்று சொல்லிக்கொண்டே.

அமுதாவின் ஒன்றிரண்டு சிறுவயது போட்டோக்களை பார்த்த பிரதீப் அமுதா நீ சின்ன வயசுல ரொம்ப அழகு என்று சொல்ல அந்த ஐ.பி.எஸ் அதிகாரியின் முகத்தில் வெட்கம்.

அமுதாவின் தாய் தந்தை சேர்ந்து நின்று எடுத்துக்கொண்ட போட்டோவை பார்க்கிறான்.

"அம்மா நீ சின்ன பிள்ளையா இருக்கும்போதே இறந்துட்டாங்களா அமுதா."

"நான் பூமியில் விழும்போது அவங்க இந்த பூமியை விட்டு போயிட்டாங்க அப்படி ஒரு பாக்கியசாலி நான்." அவள் டின்னர் எடுத்து வர கிச்சன் உள்ளே செல்கிறாள்.

பிரதீப்பின் கையிலிருந்த ஆல்பத்திலிருந்து போட்டோ ஒன்று கீழே விழுகிறது. அதை எடுத்து பார்த்த பிரதீப் பேரதிர்ச்சி கொள்கிறான். ஆல்பத்தின் அட்டையைப் திருப்புகிறான்.

"அமுதா ஐ.பி.எஸ் மற்றும் குடும்பத்தார் "மீண்டும் படிக்கிறான்.

கீழே இருந்து எடுத்த போட்டோ வையும் ஆல்பத்தில் இருந்த அமுதா ஐ.பி.எஸ் குடும்பத்தார் என்பதையும் மாறிமாறி பார்க்கிறான். தன் நண்பன் பாஸ்கரனின் போட்டோ அமுதாவின் குடும்ப ஆல்பத்திற்குள் திகைக்கிறான். அடுத்த ஒன்றிரண்டுப் போட்டோக்களை திருப்ப, பாஸ்கரன் கல்லூரியில் அவார்ட் வாங்கிய போட்டோ இருக்கிறது. இரண்டு போட்டோக்களையும் அவன் ஒப்பிட்டு பார்க்க கண்களும் நாசியும் காட்டிக் கொடுக்கிறது இரண்டும் ஒருவன் தான் என்பதை.

இரண்டு மூன்று தினங்களாய் வந்திருந்த தமிழ் நாளிதழ்கள் மேசையில் கிடக்க தினமுமே பாஸ்கரன் போட்டோவும் செய்தியும் பரபரப்பாய் அவன் அந்த போட்டோக்களை பார்த்து அதிர்ந்து இருக்க அமுதா அவன் அருகில் வருகிறாள்.

"அமுதா இது என் உயிர் நண்பன். கார் விபத்து ஏற்பட்டு நான் அரை உயிராய் கிடக்கும் போது என்னை காப்பாற்றி உயிர் கொடுத்தவன். இவன் போட்டோ இப்ப உன் குடும்ப ஆல்பத்துல சொல்லு அமுதா இது..."

திருவண்ணாமலையில் பிரதீப் போட்டோவை பார்த்து விட்டு எனக்கு தெரியும். வா காட்றேன். என கூட்டிக்கொண்டு ஐயர் குடிலுக்கு ஓடியது அவள் கண் முன் வந்து நிற்கிறது

தான் அவனிடம் சொல்ல திட்டமிட்டு இருந்ததே போட்டோஸ் சொல்ல வைத்து விட்டதே, இந்த தருணத்தில் என்பதை உணர்கிறாள் அமுதா.

இதுதான் என் மாமா. என்ன காரணத்தினாலே உங்க அப்பாவை சுட்டுக் கொன்னுட்டு இன்னைக்கு கைதியாய் ஜெயிலுக்குள்ள.....

அவளை பேச விடாமல் அவன் அடக் கடவுளே என்று சத்தமிட்டு உணர்ச்சியை அடக்க முடியாதவனாய் தேம்பி அழ ஆரம்பிக்கிறான்.

"இது உன் மாமா வா. உங்க அம்மாவின் உயிர் தம்பியா. நீ சொல்லுவயே. உன்ன படிக்க வச்சது ஐ.பி.எஸ் ஆக்கினது எல்லாத்துக்கும் மேலா உன்னை நோயிலிருந்தும் மீட்டு உயிர் பிச்சை கொடுத்தது. எல்லாமும் இந்த மாமாவா. நான் பாவம் செஞ்சுட்டேன் அமுதா. நான் செஞ்ச கொலைய இவன் ஏத்துக்கிட்டு இன்னைக்கு இவன் ஜெயில்ல இருக்குறதுக்கு நான் காரணமாயிட்டேனே"

பிரதீப் கதறி அழ அதிர்ச்சி அடைகிறாள் அமுதா, என்ன சொல்றீங்க பிரதீப். உங்க அப்பாவை சுட்டுக்கொன்னது நீங்களா. அதிர்ச்சி அவளை உறைய வைக்கிறது.

ஆமாம் அமுதா ஆமாம். அவரை சுட்டுக் கொன்றது நான் தான். இந்தக் கைகள் தான். நான் தான் கொலையாளி.

அன்னைக்கு நடந்ததைச் சொல்கிறான் கண்களில் நீர் வடிய. மாலை மங்கி இரவு துவங்கிய நேரம். மருத்துவ மாநாடு முடிந்து மருத்துவர்கள் லாட்ஜீக்கு திரும்பிக் கொண்டிருக்கிறார்கள். ஐந்தாம் தளத்தில் இருக்கும் தனது அறைக்கு டாக்டர் சந்திரகாந்த நடந்து சென்று கதவைத் திறப்பதை ஒரு கேமரா வியூ பாயிண்டில் பிரதீப் பார்க்கிறான்.

சிறிது நேரத்தில் இருவரும் ஒரு பெரிய டிராவல் பேக்குடன் அவர் அறைக்குள் செல்கிறார்கள். இரண்டே நிமிடங்களில் வெளியேறி விடுகிறார்கள். இப்ப டிராவல் பேக் அவர்கள் கையில் இல்லை. அவர்கள் லிப்டுக்குள் நுழைந்துவிட பிரதீப் தன் தந்தையின் அறைக்குள் சென்று காலிங்பெல் அடிக்கிறான். கதவு திறக்கிறது.

தான் காதலித்த பெண்ணை கைப்பிடிக்க, தான் வாழனும்,. சம்மதம் தாங்கப்பான்னு கெஞ்சுகிறான்.

உங்க அம்மா மூலம் உன்னை வரச் சொன்னது சம்மதம் சொல்ல இல்ல. நீ உன் மனசை மாத்திக்கிடணும்னு புத்தி சொல்லத்தான். காணி நிலம் கூட இல்லாத குடும்பத்துல பிறந்தவ சந்திரகாந் மருமகளா எப்படி ஆகமுடியும். என் பெயரும், புகழும் உலகம் எங்கும் பரவிக் கிடக்க, நீ அவளை மறக்கத்தான் வேண்டும் என மிரட்டுகிறார். நடக்காது என்கிறான் பிரதீப்.

நான் அவளை கல்யாணம் கட்டி அம்மாகிட்ட ஆசீர்வாதம் வாங்க வருவேன் என சபதமாய் அவன் சொல்ல கோபத்தில் தன் நிலை இழந்து மேஜை டிராயரில் இருந்து தான் எப்போதும் வைத்திருக்கும் ரிவால்வரை எடுக்கிறார்.

நீ இருந்தால் என் ஸ்டேட்டஸ் இருக்காது. என் ஸ்டேட்டஸ் இருக்கணும்னா நீ இருக்கக்கூடாது. முடிவு சொல்.

பிரதீப் மார்புக்கு நேராய் அவர் துப்பாக்கி நீள பிரதீப் அவர் மீது பாய்ந்து துப்பாக்கியை பறிக்க போராடுகிறான். கட்டிலில் உருள்கிறார்கள். துப்பாக்கி கீழே விழ இது தான் சரியான தருணம் என துப்பாக்கியை எடுத்துக்கொண்டு அவரை உள் வைத்து பூட்டி விட்டு செல்ல கதவைத் திறக்கிறான். அவனை வெளியேற விடாது சந்திரகாந்த் துப்பாக்கியை பறிக்க முயல்கிறார். அவனைக் கொன்று விடும் முயற்சி அவரை மிருகமாக்குகிறது. இருவரும் கட்டிப்பிடித்து சண்டையிட்டு கொண்டே படிகளில் ஏற மேலே ஓபன் டெரஸ்.

துப்பாக்கியில் இருவர் கரங்களும் இருக்க பிரதீப்பின் கைவிரல்கள் விசையை அழுத்தி விடுகிறது. "டுமீல் சத்தம்."

சந்திரகாந்த் நெஞ்சில் குண்டுபாய சுருண்டு விழுகிறார் அவர். பிரதீபுக்கு அதிர்ச்சி. தன்னையும் அறியாமல் அப்பா என கதறுகிறான். அவன் தேம்பி அழ இரண்டு நொடிகளில் யாரோ தங்களை நெருங்கி வருவது அரை வெளிச்சத்தில் தெரிகிறது. வந்தவன் கைகளில் அப்பா அறைக்கு வந்த இருவர் கொண்டு வந்த டிராவல் பேக்.

139

அவன் நெருங்கி வரவும் அவனைப் பார்த்த பிரதீப் அதிர்ச்சி கொள்கிறான். பாஸ்கரா நீயா.

பிரதீப் கையில் துப்பாக்கி. அவன் அப்பா விழுந்து கிடக்கிறார். அவரின் முகத்தை திருப்ப, உயிர் பிரிந்து விட்டது என தெரிந்து ஐயோ பிரதீப் கொலை விழுந்திருச்சேப்பா என அவனை வெறித்துப் பார்க்கிறான். என்ன நினைத்தானோ அவன் பிரதீப் மீது கொலைப்பழி வரக்கூடாது என அவன் கையில் இருந்த துப்பாக்கியை வெடுக்கென பறிக்கிறான் பாஸ்கரன்.

நீ ஓடிவிடு பிரதீப். நீ வாழ வேண்டியவன். என கை எடுத்து அவனை கும்பிடுகிறான்.

ஓபன் டெரஸின் மறுகோடியில் இருந்த லிப்ட் பாயிண்டில் இருந்து போலீசார் ஓடிவர... ப்ளீஸ் போ. போ அவன் கை கூப்பி கும்பிட வேறு வழியின்றி பிரதீப் ஓடுகிறான்.

பிரதீப் சொல்லி முடிக்க அதிர்ச்சியில் இருந்து மீள முடியாமல் அமுதா நிற்கிறாள்.

அவள் செல்போன் ஒலிக்கிறது.

சூரியன் கவிழத் தொடங்கி விட்ட மாலை நேரம். பாஸ்கரன் அடைக்கப்பட்டிருந்த ஜெயில் கதவு திறக்கப்படுகிறது.

"உன்ன பாளையங்கோட்டை ஜெயிலுக்கு மாற்ற உத்தரவு. வா.." என அவன் தோளை அழுத்தி இரு காவலர்கள் அவனை தள்ளி செல்கிறார்கள்.

பாஸ்கரன் ஜீப்பில் ஏற்றப்படுகிறான். வாகனத்தை ஓட்டும் போலீஸ் டிரைவர், மூன்று காவல் அதிகாரிகள், பாஸ்கரன்

வாகனத்தில் இருக்க ஜீப் சீறிப் பாய்கிறது, மதுரை மத்திய சிறையிலிருந்து. பூமியை இருள் கவ்வுகிறது.

பாளையங்கோட்டை செல்ல வேண்டிய ஜீப் திருநெல்வேலி செல்லும் தேசிய நெடுஞ்சாலையில் செல்லாமல் தேனி செல்லும் தேசிய நெடுஞ்சாலையில் வேகமெடுக்கிறது. நாகமலை நெருங்கியவுடன் தேசிய நெடுஞ்சாலையில் இருந்து விலகி ஒரு வண்டி பாதையில் செல்கிறது ஜீப். போலீஸ் அதிகாரிகள் முகத்தில் இறுக்கம். நேர்கொண்ட பார்வையுடனே நாகமலையை பார்த்து அமர்ந்து இருந்த பாஸ்கரன் முகத்தில் சலனம் எதுவுமில்லை. உள்ளுணர்வு சொல்கிறது. இவர்கள் தன்னை என் கவுண்டர் செய்யத்தான் கூட்டிச் செல்கிறார்கள் என்று. இருந்தும் அச்சமும் கலக்கமுமில்லை அவனிடத்தில். மாறாக அவன் முகத்தில் அப்படியொரு திருப்தி.

அமுதா அதிர்ச்சியில் உறைந்து இருக்க பிரதீப் தேம்பி கதறிக்கொண்டிருக்க அவள் செல்போன் விடாமல் ஒலிக்கிறது

எடுக்கிறாள்.

எதிர்முனையில் அமுதாவுக்கு விசுவாசமான போலீஸ் இன்ஸ்பெக்டர்.

"அம்மா வணக்கம்... பாஸ்கரனை பாளையங்கோட்டை ஜெயிலுக்கு மாத்துறதா சொல்லி கூட்டிட்டு போனாங்கம்மா."

" யாரு " பரபரப்பாய் அதிர்ச்சியுடனே அமுதா கேட்க,

"ருத்ரன் எஸ்.பி. ஐயா டீமு மா" என்கிறார் அந்த இன்ஸ்பெக்டர்.

அதிர்ச்சி மேல் அதிர்ச்சி அமுதாவுக்கு. தொடர்ந்து சொல்கிறார் அந்த இன்ஸ்பெக்டர்.

"ஆனா ஜீப் திருநெல்வேலி ரோட்டில போகலம்மா. தேனி ரூட்ல டைவர்ட் ஆகி ரொம்ப நேரமா நாகமலை அடிவாரத்தில் யாருமில்லாத காட்டுவெளியில சுத்திக்கிட்டு இருக்கு, பாஸ்கரன..."

போனை கட் பண்ணிவிட்டு பாஸ்கரன் மாமாவுக்கு ஆபத்துன்னு சொல்லிக் கொண்டே அவள் ஜீப்புக்கு ஓட இவ்வளவு நேரம் அதிர்ச்சியுடனே அவள் பேசுவதைக் கேட்டுக்கொண்டிருந்த பிரதீப்பும் அமுதாவுடன் ஜீப்பில் ஏறிக் கொள்கிறான்.

மதுரை மாவட்டம் -தேனி சாலை - மதுரை மேற்கு அவுட்டரில் கீழக்குயில் குடி கிராமம்- மலையடி வாரத்தில் காளியம்மன் கோவில் பொட்டல். பொட்டலில் பெரும் ஜனத்திரள். லேடி சூப்பர் ஸ்டார் குமாரி கலாவின் சூட்டிங் பொட்டல்ல எடுக்காங்கண்ணு நேற்றைய செய்தி பரவியதால் பலத்த போலீஸ் பாதுகாப்பு. தடைகளையும் மீறி திரண்டார்கள் மக்கள், ரசிகர்கள்.

குமாரி கலாவுக்கு காட்சியை விளக்குகிறார் டைரக்டர். "ஓங்க லவ்வர் அதான் ரஞ்சித் கிணற்றில் விழுந்த ஒரு பொண்ண காப்பாற்ற பாயுறாரு. பாயும் போது அவருக்கு படுகாயம் அடைஞ்சுறாரு. ஹாஸ்பிடல்ல அட்மிட் ஆகி இருக்காரு. சீரியஸான தலைக்காயம். அவருக்கு ஒண்ணும் ஆயிடகூடாதேன்னு நீங்க காளியம்மனுக்கு நேர்ந்துகிட்டு பூக்குழி இறங்குறீங்க", இதாம்மா சீன்.

சூட் போக ஆரம்பிக்கிறது. அடுத்து நீங்கள் தீயில் இறங்குவது.

"அசிஸ்டன்ட் டைரக்டர் அந்தத் டூப்ப வரச் சொல்லுங்கப்பா. கலா நீங்க கொஞ்சம் ரெஸ்ட் எடுத்துக் கொள்ளலாம்".

"ஏன் நானே பண்ணுகிறேன். அந்த தற்காப்பு உடைய நான் போட்டுக்கிட்டு எடுத்துட்டா போச்சு அவ்வளவுதான். பாருங்க - எவ்வளவு ஜனங்க வேடிக்கை பார்க்கிறாங்க. நாளைக்கு படம் ஓடும் போது இந்த தீயில் இறங்குவது டூப்புன்னு சொல்ல மாட்டாங்களா."

" இல்லம்மா தீயில் பாயுறது. ரொம்ப ரிஸ்க்கு பாஞ்சு வெளிய வாறது பத்து செகண்ட், டூப்பு வைத்து எடுக்கலாம்."

"டூப் ரிஸ்க் எடுக்கணும் பாராட்டெல்லாம் எனக்கா நியாயமா தெரியலயே…" கலகலவென சிரிப்பு கலாவிடத்தில் முத்துக்கள் சிதறியதைப் போல் கோடான கோடி ரசிகர்களை கட்டிப்போட்டு வைத்திருப்பது இந்த மனதை மயக்கும் சிரிப்பு அல்லவா சூட்டிங் என்று தெரிந்து வந்திருந்த மீடியாக்களின் கேமிராக்கள் மின்னுகின்றன கலாவின் சிரிப்பையும் செய்தியையும் போட

டைரக்டர் எவ்வளவோ சொல்லியும் கலா டூப் வேண்டாமென மறுத்துவிட அதற்கு தக்க சாட்ஸ் பிளான் பண்ணி கொள்கிறார் டைரக்டர்.

கலா ரெடி ஆகி வந்து நிற்க.. லைட்ஸ் ஆன், ஓகே ரெடி, ஸ்டார்ட் கேமரா, ஆக்ஸன்.

கலா தீயில் இறங்க தற்காப்பு உடையால் தாக்குபிடிக்க முடியவில்லை ஜுவாலைகளை சம் மிஸ்டேக் இன் டிரைஸ் பிராடெக்ட். அலறித் துடித்து வெளியில் வந்து விடுகிறாள் கலா உடையில் பற்றிய நெருப்பை போராடி அணைக்கிறார்கள். அவள் பொன் மேனியெங்கும் கடுமையான தீக்காயங்கள் கேர்வானில் அவளை கிடத்தி மருத்துவமனை விரைகிறார்கள் படக்குழுவினர்.

143

குமாரி கலா உயிருக்கு போராட மருத்துவர்கள் மருத்துவத்தோடு போராடுகிறார்கள். வெளியே பெரும் திரளாய் ரசிகர் ரசிகைகள்.

மானிடரில் இதயத் துடிப்பை பார்த்துக் கொண்டிருந்த மருத்துவர் சிறிதான முன்னேற்றம் தெரிய ஆர்வமாய் அவளை பார்க்கிறார்.

இலேசான அசைவு தெரிகிறது அவளிடம். ஏதோ அவள் சொல்ல துவங்குகிறாள். அவள் வாய் முனுமுனுக்க செவிகளை கூர்மையாக்கி மருத்துவர் குனிகிறார், அவள் சொல்வதைக் கேட்க. சொல்வதை பதிவு செய்ய உயர் காவல் அதிகாரியும் அவள் முகம் அருகில் செவிகளை கொண்டு செல்கிறார். அவள் உதடுகள் உச்சரிக்கின்றன.

"பாஸ்கரன்... பாஸ்கரா... பாசு..."

அவள் மூச்சு நின்று விடுகிறது. மானிட்டரை பார்த்த மருத்துவர் உதட்டைப் பிதுக்கி விட, காவல் அதிகாரிகள் ஒருவரையொருவர் பார்த்துக்கொண்டு தலையிலிருந்து தொப்பியை எடுத்து நிற்கிறார்கள்.

லேடி சூப்பர் ஸ்டார் குமாரி கலா ஆவி பிரிந்தது "பாசு" எனும் பாசமிகு கடைசி சொல்லுடனே.

பாஸ்கரனை ஏற்றிச் செல்லும் ஜீப் காட்டு வெளியில மலை அடிவார வண்டி பாதையில் ஓட்டம். வானில் மேகங்கள் சற்றே அங்குமிங்கும் கலைய, முகம் காட்டிய சந்திரனால் பூமியில் இப்போது அரை இருட்டு.

"கொஞ்சம் நிறுத்தப்பா" என்று ஒரு அதிகாரி சொல்ல ஜீப் டிரைவர் வண்டியை நிறுத்துகிறான். நிறுத்த சொன்னவர் இறங்கி இயற்கை உந்துதலுக்காக செல்ல,

மற்ற இரு அதிகாரிகளும், டிரைவரும் இறங்கி அவர்களும் அதற்காக ஒதுங்குகிறார்கள். வாகனத்தில் ஒரு அதிகாரியும் பாஸ்கரனும் மட்டும்.

"பாஸ்கரா " மெதுவாய் முன் சீட்டிலிருந்து அவர் குரல் கொடுக்க அவர் முகம் பார்க்கிறான் பாஸ்கரன்.

"உன்ன கொல்ல போறாங்கப்பா." எந்த அதிர்ச்சியும் இன்றி லேசான முகமலர்வுடனே அவன் பார்க்க சொன்னவருக்கு தான் அதிர்ச்சி.

"உனக்கு பயமா இல்ல " தலையசைகிறான் பாஸ்கரன்.

இன்னைக்கு இவங்களுடன் கருப்பையா இன்ஸ்பெக்டர் தான் வந்திருக்கணும். என் கெட்ட நேரம், அவரு பொண்டாட்டிக்கு திடீர் அட்டாக். ஆஸ்பத்திரி போயிட்டாரு. எனக்கு உன் வயசுல ஒரு மகன் இருக்கிறான். கல்யாண நிச்சயம் ஆகி விட்ட மகள் ஒருத்தி இருக்கா. என் மனசு பதறுதுபா. அதோ துப்பாக்கி கிடக்கு. உன் கைரேகையை அதுல பதிவு செய். சாவி இதோ இருக்கு. உன் விலங்க கழட்டிறுறேன். நீ இந்த மலைத் தாண்டி ஓடினா, இவங்க யாராலயும் உன்னை பிடிக்க முடியாது. பாரு டிரைவர் பாட்டிலோட போயிருக்கான். அவங்களுக்கு போதை வேணும். இப்படி நேரத்துல. என் நெஞ்சுக்கு நேராக துப்பாக்கி வச்சி மிரட்டிட்டு விலங்க கழட்டச் சொன்னான் உயிருக்கு பயந்து நான் கழட்ட வேண்டியதாயிருச்சுனு சொல்றேன். நீ ஓடிபோயிருப்பா."

அவரைத் தொடர்ந்து சொல்ல விடாமல் நான் சாகணும் என்று பாஸ்கரன் சொல்ல. எங்கோ அடித்த மின்னல் வெளிச்சத்தில் அப்படி ஒரு தீர்க்கம் அவன் முகத்தில். இப்படியும் ஒருவனா என அவர் முகத்தில் விடை தெரியா

கேள்விகள். வண்டியிலிருந்து இறங்கியவர்கள் மீண்டும் வண்டியில் ஏறுகிறார்கள்.

"பாஸ்கரா" ஒரு காவல் அதிகாரி கூப்பிட சலனம் ஏதுமின்றி பார்க்கிறான் பாஸ்கரன். "இந்தக் குன்றை பார்த்ததும் உன் மனசு ஒரே தாவாய்த் தாவி தப்பிக்க நினைக்கல."

இல்லை என்பதாய் பாஸ்கரன் தலை அசைகிறது.

"உனக்கு புரிந்திருக்கும் என்று நினைக்கிறேன். ஏன் இந்த நேரத்துல இந்த காட்டுல வந்து நிற்கிறோம்னு."

இப்பவும் சலனம் ஏதுமின்றி காவல் அதிகாரியை துச்சமாய அபார்க்கிறான்.

பின் உன் கடைசி ஆசை தான் என்ன.?

நின்று நிதானித்து தெளிவாய் வருகிறது பாஸ்கரன் வார்த்தைகள். "டாக்டர் கொலை கேஸ் பைல் மூடப்படனும். பாஸ்கரன்னு ஒருத்தன் டாக்டர் சந்திரகாந்தை கொன்னான். கைது ஆனான். ஜெயில் மாற்றும் போது தப்பிக்க பார்த்தான். காவல் அதிகாரிகள் துப்பாக்கியை பறித்து அவர்களை சுட பார்த்தான். அதனால அவங்க அவனை சுட வேண்டியதாயிருச்சு." அவன் சொல்லிக்கொண்டே வர இவனுக்கு இப்படி ஒரு கடைசி ஆசையான்னு வியப்பாய் பார்க்கிறார்கள் காவல் அதிகாரிகள். எதுவும் புரியவில்லை அவர்களுக்கு. எல்லோரும் ஜீப்பில் இருந்து இறங்கி

"ம்... இறங்கு என்கிறார்கள்."

"கணேசன் இந்த அசைன்மென்ட் உங்களுக்கு கொடுத்தது தான். லேட் பண்ண வேண்டாம்." ஒரு அதிகாரி சொல்ல,

பாஸ்கரனை தப்பித்து போகச் சொன்ன கணேசன் இன்ஸ்பெக்டர் நடுங்கும் கைகளால் பாஸ்கரன் நெஞ்சுக்கு நேராக துப்பாக்கியை வைக்கிறார். விசையை அழுத்த தான் கை விரல்கள் மறுக்கின்றன. விநாடிகள் ஓடுகின்றன.

விலங்கிடப்பட்ட தன் கரங்களை தூக்கி அவர் விரல் மீது வைத்து விசையை அழுத்துகிறான் பாஸ்கரன்.

குண்டுகள் சுடும் சத்தம் கேட்க ஜீப் ஓட்டிக் கொண்டிருக்கும் அமுதாவின் நெஞ்சம் துடியாய் துடிக்கிறது..

அங்கே சரிந்து விழுகிறான் பாஸ்கரன். உயிர் பிரியவில்லை. அது எதற்கோ இன்னும் காத்திருக்கிறது.

அமுதாவின் ஜீப் குன்றை நெருங்குகிறது. குற்றுயிராய் பாஸ்கரன் விழுந்து கிடக்க, "மாமா" என கதறி ஓடுகிறாள் அமுதா. அவளுடனே ஒரே பாய்ச்சலாய் சென்று பிரதீப் பாஸ்கரனின் கரத்தை பற்றுகிறான். காவல் அதிகாரிகளும் எதுவும் புரியாத அதிர்ச்சியுடனே அமுதாவை பார்க்கிறார்கள் அட்டென்ஷனில். "ஏன் ஏன் " என காவல் அதிகாரிகளை பார்த்து கர்ஜிக்கிறாள் அமுதா.

ஒரு காவல் அதிகாரி என்கவுண்டர் பண்ணிய டீமிற்கு "என்கவுண்டர் பண்ணிடுங்க" என உத்தரவிட்டதை அவர்கள் சொல்ல,

அடக்க முடியாத அழுகையுடனே அமுதாவும், பிரதீப்பும் மண்டியிட்டு ஆளுக்கு ஒரு கரம் பற்றுகிறார்கள். பாஸ்கரனின் இறுதி மூச்சு அடங்குகிறது.

அவன் இறந்தாலும் இன்னமும் அவன் மூச்சுக்காற்று அந்தப் பிராந்தியத்தில் இருந்து கொண்டே இருக்கிறது. "அமுதா " எனும் சத்தத்துடனே.

பாஸ்கரன் என்ற ஒருவன் யாருக்கும் வஞ்சகம் செய்யாத, வாழ்நாள் முழுவதும், அக்கா மகள் அமுதாவின் மீது பாசத்தை தேக்கி வைத்திருந்த ஒரு நல்ல உயிர் பிரிந்த தாலோ என்னவோ வானத்தில் மேகம் திரண்டு சின்னதாய் ஒரு சாரல் பூமி நனைய.

நான் செய்த கொலையை நீ ஏற்று பிணமாகி கிடக்கிறாயே நண்பான்னு ஹொாவென கதறி அழுகிறான் பிரதீப். இதை கேட்ட காவலர்கள் அதிர்ச்சி அடைகிறார்கள். ஒருவரை ஒருவர் பார்த்துக்கொண்ட அவர்கள் முகத்தினில் திகில்.

சாரலில் நனைகிறது பாஸ்கரன் பூத உடல். சாரலில் நனையும் அமுதாவின் நெற்றியில் விழுந்த சாரல் துளிகளை சிறிதாக்கி அருவியாய் கொட்டுகிறது அவள் வடிக்கும் கண்ணீர்.

அமுதா காவலர்களை பார்க்கிறாள். அந்தப் பார்வையிலேயே நீங்கள் உங்கள் கடமையை செய்யலாம் எனும் உத்தரவு, நெஞ்சை கல்லாக்கி கொண்டு.

காவலர்கள் இருவர் பிரதீப் தோளை தொட்டு தள்ளியபடி கூட்டிச் செல்கிறார்கள். போலீஸ் வாகனத்தை பார்த்து. பிரதீப் கைதியாய் வாகனத்தில் ஏற்றபடுகிறான் ஜீப் புறப்படுகிறது.

அமுதாவையும் பாஸ்கரன் உடலையும் கண்ணிலிருந்து மறையும் வரை அடக்க முடியா சோகத்துடனே பார்த்துக்கொண்டே ஜீப்பில் செல்கிறான் பிரதீப்.

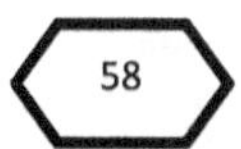


மறுநாள் காலை நேரம். அரசு ஆதரவு டிவி சேனல்கள் "தப்பித்து ஓட முயன்றார் கைதி பாஸ்கரன். காவலர்களின் துப்பாக்கியை பறித்து காவலர்களை சுட்டுக் கொல்ல முயன்றார். காவலர்கள் சுட்டதில் கைதி மரணம்" என்று செய்தி பரப்பிக் கொண்டிருந்தன.

அரசுக்கு எதிரான டிவி சேனல்கள் "அமுதா ஐ.பி.எஸ் அதிகாரி மத்திய அரசு பணிக்கு அனுப்பப்பட்டார். நடந்தது

என்ன?" என்று செய்தி வாசித்துக் கொண்டிருந்தன, பிரதீப் கைது ஆனதை பூடகமாக சொல்லி.

அன்று மாலை சோழவந்தான் மயானம் - ஊர் மக்கள் கண்ணீர் சிந்தி கூடி நிற்கிறார்கள் - பாஸ்கரன் உடலுக்கு அமுதா ஏறியூட்டுகிறாள். அடக்கமுடியா சோகத்துடனே.

இரு தினங்கள் கடந்திருக்க ஜெயிலில் கம்பிகளைப் பிடித்தவாறு பிரதீப்.

விமான நிலையத்தில் மும்பை செல்லும் விமானத்துக்காக அமுதா காத்திருக்கிறாள்.

இருவர் முகங்களிலும் சோகம் அப்பிக் கிடக்கிறது.

அமுதா அமர்ந்திருக்கும் காத்திருப்பு அரங்கில் டிவி ஓடிக் கொண்டிருக்கிறது.

"மனித உரிமைகள் ஆணையம் நடவடிக்கை எடுக்கும். கைதி பாஸ்கரன் என்கவுண்டர் செய்யப்பட்டுள்ளார்."

செய்தி ஒளிபரப்புகொண்டிருக்க அமுதாவின் கண்ணீர் கர்ச்சீப்பை நனைக்கிறது.

மறுநாள் காலை நேரம். மும்பையில் அமுதா எஸ்.பி-கான இல்லம்..... நாற்காலியில் அமர்ந்திருக்க காவலர் ஒருவர் செய்தித்தாள்களை பணிவுடன் கொண்டுவந்து வைக்கிறார்.

ஒரு முக்கிய செய்தி தாளை அமுதா பார்க்க மனித உரிமைகள் ஆணையம் நடவடிக்கையினை அடுத்து, ருத்ரன் எஸ்.பி தற்காலிக பணி நீக்கம்... தலையங்க செய்தியாய் இருக்கிறது.

&

ஒரு வருட கால ஓட்டத்தில் சந்திரகாந்த் கொலை வழக்கு தீர்ப்பை நெருக்குகிறது. விரைவில் தீர்ப்பு என்று தலையங்கம் தந்து செய்தித்தாள்கள் பரபரப்பு கொடுத்துக் கொண்டிருந்தன.

மும்பையில் மீண்டும் பணியமர்த்தப்பட்ட அமுதாவுக்கு நினைவெல்லாம் சென்னையில் தான். மீடியாக்களிலும் செய்தித்தாள்களிலும் வந்தது அனைத்தையும் முழுக் கவனமுடனே மனதில் கொண்டு வழக்கின் போக்கில் முழு கவனம் செலுத்தி வந்தாள். தனக்கு விசுவாசமான அதிகாரிகள் மூலமும் அப் டு டேட் அனைத்தையும் கிரகித்துக் கொண்டிருந்தாள். மதுரை கோர்ட்டில் வழக்கு வேகம் கொள்கிறது.

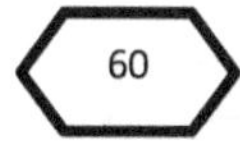

ஒரு நாள் காலை நேரம்.

மதுரை மாவட்டத்தில் ஒரு கிராமத்து வாசக சாலை. பேப்பரை படித்துக் கொண்டிருந்த பெரியவர் ஒருவர் சட்டை பாக்கெட்டில் இருந்து கண்ணாடியை எடுத்துப் போட்டுக் கொள்கிறார். மெதுவான சத்தத்துடனே ஒரு முழு பக்க செய்தியை படிக்க ஆரம்பிக்கிறார்.

"சிலை திருட்டு - டாக்டர் சந்திரகாந்த் கொலை சம்பவம் என்ற தலையங்கம். கீழே முழுப்பக்க செய்தி. இது வரையான வழக்கு விசாரணை என அடுத்த பக்கத்தில் தொடர்கிறது. நீதிபதி இன்று தீர்ப்பு வழங்கினார் என்று கருப்பு பெரிய எழுத்து.

பிரதீப் செய்தது திட்டமிட்ட கொலை அல்ல. தற்செயலான நிகழ்வு. தந்தை மகனுக்குமான வாக்குவாதம். மகனின் காதல், மற்றும் திருமணம் பற்றியது. அவனின் காதல்

திருமணத்தில் தந்தை சந்திரகாந்க்கு உடன்பாடு இல்லாததால் வாக்குவாதம் முற்றியிருக்கிறது இருவரும் கட்டிப் புரண்டுள்ளார்கள் சந்திரகாந்த் கையிலிருந்தது அவருக்கு உரிமையான துப்பாக்கி என்பதிலிருந்து, அவர் தான் பிரதீப் மீது துப்பாக்கி பிரயோகம் செய்ய எத்தனித்திருக்கிறார் என்பது நிரூபணமாகிறது கைகலப்பில் துப்பாக்கி விசை அழுத்தப்பட சந்திரகாந் நெஞ்சில் குண்டு பாய்ந்துள்ளது. அதனால் பிரதீப்பிடம் கொலைக்கான சதி எதுவும் இல்லை என்றும் எதிர்பாராத விதமாய் துப்பாக்கி வசைஅழுத்தப்பட்டு மரணம் ஏற்பட்டுள்ளது என்றும் இந்த கோர்ட் தீர்மானிக்கிறது ஆனாலும் ஒரு உயிரிழப்பிற்கு குற்றவாளி பிரதீப் காரணம் ஆகியுள்ளார் என்ற காரணத்தால் குற்றவாளி பிரதீபிற்கு நான்கு ஆண்டுகள் சிறை தண்டனை விதிக்கிறேன்."

போட்டிருந்த கண்ணாடியை கழட்டி அவர் சட்டை பாக்கெட்டில் வைத்துக்கொள்ள, சுற்றி இருந்து அவர் படிப்பதைக் கேட்டுக் கொண்டிருந்ததில் ஒருவன்.

"இந்த தண்டனையே அதிகம் தான். துப்பாக்கி அப்பனோடது. அப்பன் மகன சுட துப்பாக்கி எடுத்தால் இளவட்டம் சும்மாவா இருப்பான்" என்று சொல்ல.

"அந்தாளுதான் ஏராளமான சாமி சிலைகளை கொண்டு போய் இருக்கான்யா. அம்புட்டும் அயல்நாட்டு வியாபாரமாம். கொன்னது பிரதீப் இல்ல - சாமி

"சாமி சும்மா விடுமா" என இன்னொருவன் சொல்கிறான்.

அவன் சொல்லி முடிக்க டி.வி.யில் செய்திகள் ஆரம்பித்தது. எல்லார் கவனமும் தலையை தூக்கி டிவியில

ஒரு டி.வி மீடியா செய்தி சேகரிப்பவர்,

151

ஒரு வயதான பாட்டிட்ட பேட்டி எடுத்துக் கொண்டிருக்க படக்குன்னு மைக்கை புடுங்கின பாட்டி " சிலை திருடின பாவத்துக்கு மகன் தேடின பிராயச்சித்தம்பா இந்த கொலை. இனி குடும்பம் நல்லா இருக்கும். சாமிகளும் நிம்மதியா கோயில்ல இருக்கும்" என்றாள்.

கீழே எழுத்து வடிவ நியூஸ் ஓடிக்கொண்டிருந்தது.

"பாஸ்கரன் என்கவுண்டர் திட்டமிட்ட சதி.

ருத்திரன் காவல் கண்காணிப்பாளர் நிரந்தர பணி நீக்கம். மனித உரிமைகள் ஆணையம் நடவடிக்கையின் அடிப்படையில் நீதிமன்றம் உத்தரவு."

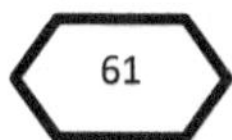



நான்கு ஆண்டுகளுக்கு பின் சிறைச்சாலை கதவு திறக்கப்பட பிரதீப் விடுதலையாகி வெளி வருகிறான். அவன் வருவதை எதிர்பார்த்து சற்று தூரத்தில் நின்ற அமுதா அவனிடம் ஓடி சென்று அவன் நெஞ்சில் முகம் புதைத்து கொள்கிறாள். அமுதாவை பார்த்த சிறைக்காவலர் இருவர் விரைப்புடன் சல்யூட் அடிக்க, அதே நொடியில் சரசரவென மீடியாக்கள் வந்து நிற்கின்றன விட்டுடுவோமா என்பது போல். பிரதீப் முன் மைக்குகள் நீள்கின்றன.

ஒரு முக்கிய டிவி செய்தி சேகரிப்பாளர் எல்லோரையும் முந்திக்கொண்டு முதல் கேள்வி கேட்கிறார்.

"சந்தர்ப்ப சூழ்நிலை உங்க அப்பாவின் மரணம் உங்க கைகளாலே ஆனது. நான்கு வருட ஜெயில் வாழ்க்கையில் உங்க மனநிலை எப்படி இருந்தது."

"தர்மம் ஜெயிக்க பாரதப்போர், நடந்த தேசம் நம் தேசம். போர் உறவுகளுக்கிடையே தான். மரணித்தது என் தந்தை என்றாலும் அவர் ஒரு சமூக விரோதியாகவும்

அநீதியாளராகவும் அல்லவா வாழ்ந்திருக்கிறார். அவர் மரணிக்க சந்தர்ப்பத்தையும் சூழ்நிலையையும் ஆக்கிக் கொடுத்தான் ஆண்டவன்னு என் மனதை சமன் செய்து தேற்றிக்கொண்டேன்."

பிரதீப் சொல்லி முடிக்க ஒரு கோவில் பூசாரி, ஒரு கிறிஸ்டின் பாதிரியார், ஒரு முஸ்லிம் சமூக ஆர்வலர் ஒன்றாய் வந்து பிரதீப் முன் நிற்க மீடியாக்காரர்கள் ஆச்சரியமாய் பார்க்கிறார்கள். கேமராக்களின் பளிச் பளிச் ஒளி. "இந்து மத மக்கள் ஆகட்டும் - இல்ல எந்த மதம் மக்களாகவும் இருக்கட்டும் ஒரு அநீதிக்கு முற்றுப்புள்ளி வைச்சு மொத்த ஜனங்க மனசிலயும் இன்னிக்கு நீங்க நிக்குறீங்க" என்று சொல்லி அவரவர் பாணியில் அவர்கள் பிரதீப்பையும் உடன் நிற்கும் அமுதாவையும் ஆசீர்வதிக்கிறார்கள். மீடியாக்காரர்களின் தொடர் கேள்விகள்

"ஒரு ஐ.பி.எஸ் ஆபீஸரா ஆகியிருக்க வேண்டிய நீங்க அடுத்தடுத்த புயல்களை சந்தித்து நான்கு வருட ஜெயில் தண்டனையையும் அனுபவிச்சிட்டீங்க. உங்க வாழ்க்கையின் அடுத்தகட்ட லட்சியம்?"

"இரண்டு லட்சியங்கள் - ஒன்று ஐ.பி.எஸ் ட்ரெயினிங் முடித்து ஒரு ஐ.பி.எஸ் ஆபீஸரா வரணும். ஒரு கோவில் சிலை திருடப்பட்டாலும் என் துப்பாக்கியின் ஒரு குண்டு அதைத் தேடி கண்டுபிடித்து மீட்கும்"

அனைவரையும் பார்த்து பை சொல்லி விட்டு பிரதீப்பும் அமுதாவும் மெதுவாய் நடக்க

"இன்னெரு லட்சியம்?"

ஒரு கல்லூரி மாணவி ஓடோடி வருகிறாள் கேள்வி கேட்டு. அவள் பின்னாலே மீடியாக்காரர்கள் இப்போது.

"அதை காலம் சொல்லும்" சொல்லிவிட்டு காருக்குள் ஏறுகிறான் பிரதீப் அமுதாவுடன்.

153

மூன்று மாதங்கள் கடந்திருந்தது .தான் விட்டு விட்டு வந்த ஐ.பி.எஸ் பயிற்சியை தொடர்ந்து கொண்டிருக்கிறான் இப்போது. முதல் லட்சியத்தினை எட்டும் துடிப்பு அவன் பயிற்சியினிலே தெரிகிறது.

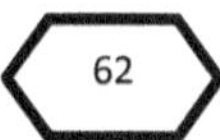

தென் தமிழகம் ராஜபாளையம் நகர் நடுத்தர மக்கள் வசிக்கும் ஒரு வீட்டு வசதிவாரிய குடியிருப்பு பகுதி செய்தித்தாள் போடுபவன் ஒரு தமிழ் செய்தித்தாளை ஒரு வீட்டு வாசலில் போட்டு விட்டு போகிறான் விரிந்து கிடக்கும் பேப்பரில் தலையங்க செய்தி

"மீண்டும் தலை தூக்கும் சிலைகள் திருட்டு"

அந்த வீட்டின் எதிரே ஓர் டீக்கடை. டீக்கடை பேப்பரை பார்த்துக்கொண்டே டீ சாப்பிடும் பெருசுகள் அரட்டை

"கொஞ்ச நாளா விட்டுந்தாங்கே ஆரம்பிச்சுட்டாங்கப்பா திரும்பவும்."

பேப்பரின் அடுத்தடுத்த பக்கங்களை புரட்டிக் கொண்டே ஒரு பெரியவர் சொல்கிறார் "கோயில் சிலைகளை திருட ரெம்ப டெக்னிகலா பூட்டை உடைக்குறாங்களாம்பா."

"லோகம் ரொம்பவே கெட்டுப் போயிடுத்து பகவான் தான் கேக்கணும். சாம்பார் நிறைய வீட்ருக்கேளா இட்லிக்கு." கடைக்காரரை ஒரு கேள்வி கேட்டுக்கொண்டே பார்சலை எடுத்து செல்கிறார் இன்னொரு பெரியவாள்.

அடுத்த ஆறு மாதங்களில் பிரதீப் தன் பயிற்சியை முற்றிலுமாய் முடிக்கிறான். பயிற்சி முடித்து ஐ.பி.எஸ் ஆபிசர்களாக பட்டமேற்கும் விழா. அதில் வாழ்த்துக்கள் பெற்று ஒரு ஐ.பி.எஸ் ஆபிஸராக தன் முதல் லட்சியத்தை

நிறைவு செய்கிறான் பிரதீப். விழாவிற்கு வந்திருந்த அமுதா பூரிப்பு கொள்கிறாள்.

மத்திய உள்துறை செயலாளர் அறை. அவரின் உத்திரவினை அடுத்து பிரதீப் அமுதா இருவரும் அவர் அறைக்குள் நுழைகிறார்கள் இருவரின் வணக்கங்களை ஏற்று அவர்களை அமர கை காண்பிக்கிறார் செயலாளர்.

"மை விஷ்ஷஸ் டு யு போத்"

"தேங்க்யூ சார்"

"கமிங் டுத பாயிண்ட் - எனக்கும் கொஞ்சம் கொஞ்சம் தமிழ் தெரியும்" என மழலை பேச ஆரம்பித்து விடுகிறார்.

"சந்திரகாந்த் கொலை சம்பவத்திற்கு பின்னால் ரெண்டு மூணு வருஷமா சிலை திருட்டு இல்லாம இருந்தது ஆனால் இப்ப நிலைமை வேறு, ஒரு வருஷமா அங்குமிங்குமா ஆரம்பித்த திருட்டு இப்ப ரொம்பவே நடக்கு, முக்கியமா தமிழக தென் பகுதியில உளவுத்துறை மூலமா கிடைத்த தகவல்படி காவல் துறையில் சில பிளாக் ஷிப்ஸ் சப்போர்ட் ரொம்பவே கிடைக்கு, அந்த டீமுக்கு."

"காவல்துறையின் நெட் ஒர்க் நல்லா தெரிஞ்ச ஒருவனோட கேப்டன்ஷிப் இதுல இருக்கு. அதுல சக்ஸஸ்புல்லா கொள்ளைகள் போய்க்கிட்ருக்கு பிரசண்ட் ஸ்டேட் கவர்மென்ட் நல்ல ஆபீஸர்ஸ்ச போஸ்டிங் போட்டு இதுக்கு ஒரு முடிவு கட்டச் சொல்றாங்க. ஸோ யு போத் அப்பாயிண்டட் ஃவார் திஸ் அஸைண்மென்ட் இது அதற்கான ஆர்டர்ஸ் ஆல்தி பெஸ்ட் வி எக்ஸ்பக்ட் ஃவுருட்வுல் இம்புருவ்மென்ட் அட்தி எர்லியஸ்ட்.

"சுயர் சார் " கம்பீரமான சல்யூட்டுடன் வெளியேறுகிறார்கள் பிரதீப்பும், அமுதாவும்.

அன்றிலிருந்து மூன்றாவது நாள். மதுரையில் உயர் அதிகாரிகளுடன் பிரதீப் ரகசிய ஆலோசனை மேற்கொள்கிறான். கடந்த ஓராண்டாக கொள்ளை நடந்த கோவில், காணாமல் போன சிலைகள் விபரம், அனைத்தும் கோப்புகளிலிருந்தும், கம்ப்யூட்டர் களிலிருந்தும், பிரதீப்பிற்கு சமர்ப்பிக்கப்படுகிறது.

எல்லாமும் காட்டு வெளியில் இருந்த புராதன கோவில்களாக இருப்பது தெரிய வருகிறது. நடைபெற்றது எல்லாமும் அமாவாசை நாளாக இருக்கிறது. இரவு பூஜை முடிந்து பக்தர்கள் அனைவரும் வெளியேறி விட நடு இரவினில் நடந்த கொள்ளைகளாக இருக்கிறது.

மேலும் காவல்துறை எவ்வளவு வலை விரித்தும், எப்படியோ விஷயம் கசிந்து கொள்ளையர் நினைத்ததை சாதித்து விட்ட கொள்ளைகளாக இருக்கின்றன. கொள்ளையர் முதலில் ஒரு கோவிலை திட்டமிடுவது போல் போக்கு காண்பித்து காவல்துறையினரை திசைதிருப்பி, கொள்ளை நிகழ்த்தியது. வெவ்வேறு கோவிலாக இருப்பது புள்ளி விபரங்களிலிருந்து தெரிய வருகிறது.

நெடு நேர ஆலோசனையில் பிரதீப் மனதில் ஓடிய தீர்க்கம் காவல்துறையில் உள்ள சில வஞ்சக காவல் அதிகாரிகளின் விஷமமும் கயமைத்தனமும் கொள்ளையர் வெற்றிகரமாய் கொள்ளை அடிக்க ஏதுவாய் இருந்திருக்கிறது என்பது தான்.

எந்த ஒரு தகவலும் தனக்கு உடனடியாக தெரிவிக்கப்பட வேண்டும் என்றும், தவறாய் நடக்கும் அதிகாரிகள், காவலர்கள் கடுமையான நடவடிக்கைக்கு ஆளாவர் என்றும் எச்சரிக்கப்படுகிறார்கள்.

பத்தே நாட்களில் லாயல் மற்றும் சின்சியர் உளவுத் துறை அதிகாரிகளை இனம் கண்டு டி.ஜி.பி யின் உத்தரவுகளைப் பெற்று தனக்கென ஒரு நெட் ஒர்க் உண்டாக்கி கொள்கிறார்கள் பிரதீப் மற்றும் அமுதா எனும் இரு காவல் சிங்கங்கள். புலனாய்வை வலுப்படுத்துகிறார்கள்.

&

ஒரு மாலை நேரம்- ஒரு போன் உரையாடல் இருவருக்கு இடையில்

"உளவுத்துறை மூலம் நாம கசிய விட்ட செய்தி, வத்ராப் மலை காளி கோவில் சிலைத்திருட்டு பொதுவா ஒரு இடத்தில கொள்ளைன்று போக்கு காண்பிச்சுட்டு இன்னொரு இடத்துல கை வைக்குறதுதான் நம்ம வழக்கம் இன்னைக்கு அதே காளி கோவில்ல தான் நாம சிலை திருடுறோம்னு சொல்றங்க. போலீஸ் ஃவோர்ஸ் நிறைய இறக்கியிருப்பாங்களே."

அவனை மேலும் பேசவிடாமல் இடை மறிக்கிறான் எதிர் முனை ஆள்.

"ஒரு ஃவோர்ஸும் அங்க இன்னைக்கு வரப்போறதில்ல நம்மள பிடிக்கிறதுக்கு. அனுப்பப்பட்ட பிரதீப் எஸ்.பி பெருசா ஏதோ பிளான் பண்றான் இன்னைக்கு முதலும் கடைசியுமான மிஸ்ஸன். இந்த சிறுத்தைக்கு முன்னால அந்தப் பிரதீப் ஒரு சிறு நரி. அவனோட வர்ற அந்த அமுதாவுக்கு வாழ்க்கையில இன்னைக்கு கடைசி இராத்திரி. நம்ம திட்டத்தில எந்த மாறுதலும் இல்ல, நீங்க இரண்டு பேரும் சொன்ன நேரம் சொன்ன இடத்துக்கு வந்துருரணும்"

போன் கட் ஆகிறது.

வத்றாப் மலை காளி கோவில்- அமாவாசை இரவு பனிரெண்டு மணி கடந்துவிட்டது. காளி தேவிக்கான பூஜைகள் செய்து கோவில் முன் பொட்டலில் பலி கொடுத்ததும் முடிந்து விட்டது. பக்தர்கள் ஆசை தீர சாப்பிட்டு விட்டு கூட்டம் கூட்டமாய் வெளியேறிக் கொண்டிருந்தார்கள் கடைசி பஸ்ஸும் புறப்படுவதற்கு தயாராய் ஸ்டார்ட் செய்து லைட் ஆன் செய்து காண்பிக்க அனைத்து பக்தர்களும் பஸ் ஏறுவதில் பரபரப்பு காட்டினார்கள் வசதியானவர்களின் சொந்த வாகனங்களும் கிளம்பி விட பேட்டரி அடித்து பைனல் செக் செய்து கொண்டார்கள் கோவில் நிர்வாகத்தினர். சற்று நேரத்தில் அவர்களும் அறநிலையத்துறை வாகனத்தில் புறப்பட்டு சென்று விடுவார்கள்.

ஆனால் அவர்களின் பேட்டரி ஒளி வெளிச்சத்தில் கூட படாமலே ஒரு பெரிய மரத்தின் பின்னால், வெட்டவெளி வானத்தைப் பார்த்தவாறு ஒருவன் படுத்து கிடக்கிறான் வாழ்க்கை வெறுத்த பார்வை அவனின் அந்த வெட்டவெளி பார்வை.

கரிய இருட்டும் நிசப்தமும் வியாபித்திருக்கிறது, இனிதான் காளியம்மன் ஆடி வருவாள் என்பது அந்த மக்களின் ஆண்டாண்டு கால நம்பிக்கை.

ஆனால் களவாணிகளுக்கு காளி பயம் கிடையாதே... தங்களுக்கு வர இருக்கும் பேராபத்தையும் அவர்கள் அறிந்திருக்கவில்லை. காளியம்மன் வாங்க போகும் உயிர் பலியையும் அவர்கள் தெரிந்திருக்கவில்லை.

தங்களுக்கு வர இருக்கும் ஆபத்தை அறியாமலே தாங்கள் வந்த வாகனத்தை சிறிதான மலைச்சாலையில் செலுத்தி

இடிந்து தகர்ந்து கிடக்கும் ஒரு கட்டடத்தின் மறைவில் நிறுத்துகிறார்கள். வாகனத்திலிருந்து ஒரு சிறிதான இயந்திரம் போன்ற ஒன்றை எடுத்துக்கொண்டு ஒரு குன்றின் மேல் இருக்கும் காளிகோவில் முன் வந்து நிற்கிறார்கள்.

எங்கோ மின்னல் வெட்ட காளி கோவில் பலி பீடம் பளிச் பளிச்சென தெரிகிறது.

அந்த மின்னல் வெளிச்சம் தான் மரத்தின் பின்னால் படுத்து உருண்டு கொண்டிருந்தவனுக்கு கோவில் முன் மூவர் வந்து நிற்பதை காண்பித்து கொடுக்கிறது.

கோவிலின் உள்ளே மூலஸ்தானத்தின் மேல் உள்ள விமானத்தின் மீது கரிய இருட்டினில் சிலையோடு சிலையாய் அமர்ந்திருந்த, பிரதீப் தனது செல்போனை எடுத்து அறநிலைத்துறை ஆணையாளருக்கு குறுஞ்செய்தி ஒன்று அனுப்புகிறான். " மிக்க நன்றி, தங்கள் துறை பணியாளர்களின் புரிதலும் ஒத்துழைப்பும் பாராட்டுதலுக்குரியது, எங்களின் கண்காணிப்பில் கோவில் உள்ளது."

செய்தி அனுப்பி முடித்த பிரதீப்பின் கவனத்தை ஈர்த்தது கோவிலின் உயர்ந்த பெரிய கதவின் முன் கேட்ட ஏதோ சத்தம். அலர்ட் ஆகுகிறார்கள் பிரதீப்பும் உடன் இருந்த அமுதாவும். மூவர் வந்து ஒரு சிறு இயந்திரம் போன்ற ஒன்றின் மூலம் கதவின் பூட்டை உடைக்கிறார்கள் - கோவில் உள் நுழைகிறார்கள்.

மூவரில் ஒருவன் டார்ச் ஒளி பரப்பி கோவிலின் அமைப்பை நோட்டம் விட, மற்ற இருவர் கேட்கிறார்கள் நாம் எடுக்கப் போவது..?

"அதோ விருட்சமாய் பரவி நிற்கும் அந்த ஆலமரத்தின் அருகில் ஒரு சிறிதான சன்னதி தெரிகிறதல்லவா அதன் தளத்தில் ஒரு பாதாள அறை இருக்கும். அந்த பாதாள அறைக்குள் இருக்கும் நாகர் சிலை தான் நமது இலக்கு. அந்த

நாகர் சிலையின் மகிமையும் வல்மையும் தெரியாது நெடுங்காலமாய் இங்கு வைத்திருக்கிறார்கள். அந்நியர் படை எடுப்பின் போது அவர்களை ஏமாற்ற அப்போதய ராஜா அவசரத்தில் செய்த ஒரு சிறு ஏற்பாடு இந்த மறைவிடம்." அவன் சொல்லிக் கொண்டிருக்க இருட்டினில் பதுங்கி பதுங்கி கையில் துப்பாக்கியுடன் வருகிறார்கள் பிரதீப்பும், அமுதாவும்.

பேசும் அவனின் அந்த குரல் அமுதாவை அதிர்ச்சிக்குள்ளாக்கியது தன்னிடமிருந்த சக்திவாய்ந்த பாட்டரியை ஆன் செய்து பேசியவன் முகத்தில் ஒளி பாய்ச்சிகிறாள் அமுதா, கண்கள் கூசும் ஒளி முகத்தில் பட விருட்டென துப்பாக்கியை எடுக்கிறான் அவன் .ஆனால் மின்னலாய் பரவி வந்த ஒளியில் சரியாய் இலக்கு வைத்து சுட முடியயவில்லை.

அடுத்த அதிர்ச்சி அமுதாவிற்கும் பிரதீப்பிற்கும் ஒளிமிகுந்த பேட்டரி வெளிச்சம் அவன் முகத்தில் பட்டு அவனை திணறச் செய்ய கடின பிரயாசையுடன் கண்களை விரித்து குறிபார்க்கிறான். கையில் துப்பாக்கி இருக்க, இப்போது பேரதிர்ச்சி அமுதாவுக்கு, மாறுவேடத்தில் ஒரு சாமியார் போலும் அவன் என்பது வயதினில். ஆனால் குரல் ஐம்பது வயது ஆளாய். கண்கள், அந்தகண்கள் மின்னலாய் அவள் கண்முன் ருத்ரன் எஸ்.பி முகம் வந்து நிற்கிறது. அவன்தான்... அவனேதான்....

பிரதீப்புற்கு கேட்பது போல "ருத்ரன்" என வாய் முணுமுணுக்க கொலை வெறி கொள்கிறான் பிரதீப். அடுத்த நொடி அவன் கால்களில் பாய்கிறது பிரதீப்பின் தோட்டாக்கள். அமுதாவின் துப்பாக்கியிலிருந்து பாய்ந்த தோட்டாக்கள் மற்ற இருவரின் புஜங்களில் பாய இருவரும் இருட்டினில் தட்டுத் தடுமாறி ஓடி கோவில் தூண்களில் இடித்து நிலைதடுமாறி கோவிலுக்கு வெளிவந்து தப்பிக்கப் பார்க்கிறார்கள்

ஆனால் இருட்டினில் அவர்கள் ஓட்ட மெடுத்தது உயர்ந்த தொரு செங்குத்தான குன்றின் உச்சி நோக்கி. பயந்து ஓடும் அவர்களின் வேகம் அதல பாதாளத்தில் விழச் செய்ய, ஐயோ என்ற அவர்களின் அலறல் ஒருமித்து கேட்கிறது கீழே விழுந்த அவர்களின் தலை சிதறு தேங்காய் ஆகிறது.

ருத்ரனோ உயர் பயத்துடனே பிரதீப் அமுதாவிடமிருந்து தப்பி ஓடி வெளிவந்து பலிபீடம் அருகில் விழுகிறான் குண்டடிபட்ட கால்களுடனே. அவன் கைத் துப்பாக்கி நழுவி தூண் அருகில் விழுகிறது. அவனை விரட்டி வந்த பிரதீப் அமுதாவின் இரு துப்பாக்கிகளும் அவன் நெஞ்சை குறிபார்த்து நிற்கின்றன.

இப்போது ருத்ரனின் கண்களில் உயிருக்காக கெஞ்சம் ஏக்கம். ஆனால் பிரதீப்போ சிங்கமாய் கர்ஜிக்கிறான் "உன்னை போன்ற கறுப்பு ஆடுகள் காவல்துறைக்கே ஒரு களங்கம். யாரையும் நம்பாமல் நானே விரித்த வலையில் நீ இப்போது. என் உயிர் நண்பன் பாஸ்கரனை அன்று நீ கொன்ற பாவத்திற்கு இன்று நான் கணக்கு முடிக்க போகிறேன்."

பிரதீப்பின் துப்பாக்கி ருத்ரனின் நெஞ்ஜை குறிபார்த்து நீள்கிறது " ஊரைக் காக்கும் கடவுளை வெறும் சிலையாய் மட்டும் பார்க்கும் உன் போன்ற அயோக்கியர்களுக்கு இது ஒரு பாடமாகவும் இருக்கட்டும்" அமுதாவும் சீறுகிறாள், துப்பாக்கியை ருத்ரனின் நெஞ்சுக்கு நேராய் நீட்டி. அமுதாவின் குரல் கேட்டவுடனே மரத்தடியின் கீழ் வானத்தை பார்த்து இதுவரை உருண்டு கொண்டிருந்தவன் பலிபீடம் அருகே ஓடோடி வருகிறான்.

பிரதீப் அமுதா இருவரின் துப்பாக்கிகளும் ருத்ரன் நெஞ்சை குறி பார்த்து நிற்க, பலி பீடத்தில் இருக்கும் தீ பந்தம் திடீரென பற்றி எரிய ஆரம்பிக்கிறது. மரத்தடியிலிருந்து ஓடி வந்தவன் பலிபீடத்தின் பந்தத்தை தீப்பெட்டியால் பற்ற வைத்துவிட்டு "அமுதா" என குரல் கொடுக்க. அப்பாவின் குரல் கேட்ட அமுதாவுக்கு ஆச்சரியமான ஆச்சரியம் அந்த

ஆச்சரியத்துடனே அவள் அப்பா என குரல் கொடுக்க பிரதீப்பும் ஆச்சரியமாய்

பின் பக்கம் திரும்புகிறான். அவர்களின் இந்த சிதறிய கவனத்தை பயன்படுத்தி ருத்ரன் கீழே விழுந்து கிடந்த தன் துப்பாக்கியை எடுத்து அமுதாவை சுட முயல, நீர்காந்த லிங்கம் இடுப்பில் இருந்த பிச்சுவா கத்தியை மின்னலாய் வீசுகிறான் ருத்ரனின் குரல் வளையை குறிபார்த்து. ருத்ரனின் குரல் வளையிலிருந்து தெறித்த ரத்தம் பலிபீடத்தை ஈரமாக்க "உன் அம்மா அன்னத்தாயின் ஆத்மா சாந்தி கொள்ளட்டும் அமுதா - அவனின் உயிரான தம்பியைக் கொன்ற இவன் என் கையால் தான் சாகணும்."

குற்றுயிராய் கையும் காலும் வெட்டி வெட்டி இழுத்துக் கொண்டிருந்த ருத்ரன் உடல் மீது தீப்பந்தத்தை வீசி எறிகிறான். உடல் மீது பற்றி எரிந்த தீ காடு மேடெல்லாம் வெளிச்சம் கொடுத்துக் கொண்டிருந்தது.

அப்பான்னு கதறி ஓடி வந்து அவன் நெஞ்சை கட்டிக் கொண்டு தன்னை அடக்கி கொள்ள முடியாதவளாய் தேம்புகிறாள் அமுதா. நீர்காந்த லிங்கம் சரிந்து அமர்கிறான். பிரதீப் அருகில் வந்து தாங்கி பிடிக்கிறான் அவனை. நிலை குழைந்த நீர்காந்தலிங்கம் திக்கிதிணறி "பாஸ்கரன தேடித் திரிந்த கொள்ளைக்காரங்க திருவண்ணாமலையிலிருந்து திரும்புன என்னை கடத்திக் கொண்டு போனாங்க. போலீஸ் கெடுபடியில் அவங்க இடத்தை மாற்றும் போதுதான் என்னால் தப்பிக்க முடிந்தது.

சின்ன வயசுல உங்க அம்மாவை இழந்த சோகம் எங்க உயிருக்கு உயிரான உன் மாமா பாஸ்கரன் இழந்த சோகம், உன்னை இனி சந்திக்க முடியுமாங்குற ஏக்கம், எல்லாமும் என்னை வருத்த நான் வணங்கும் காளி கோவில்ல என் உயிரை மாய்த்துகொள்ள நான் விஷத்தை குடிச்சுட்டேம்மா என்கிறான்.

அவர் கட்டியிருந்த வேஷ்டி மடிப்பிலிருந்து விஷம் வைத்திருந்த பாட்டில் உருண்டு விழுகிறது. நான் அடைஞ்ச சந்தோஷம் உங்க காதல் தெரிஞ்சுகிட்டது தான். திக்கி திக்கி பேசிய அவர் குரல் ஒடுங்கி வருகிறது.

" உன் வயிற்றில் மகனாய் பிறப்பேன் இப்ப எனக்கு விடை கொடு," பிரதீப் கைகளில் அவள் கரங்களை பிடித்து கொடுக்கிறான் அவன் தலை கவிழ்கிறது.

" அப்பா " எனும் அமுதாவின் தேம்பல் மலைக்காட்டில் அதிர்ந்தது. பிரதீப் உணர்ச்சி மிகுதியில் பரிதவித்து நின்றான்.

டி.வி மீடியாக்கள் அதிகாலையிலேயே செய்தி பரப்பிக் கொண்டிருந்தன, பரபரப்பாக. சமீபத்தில் நடந்த கோவில் சிலை கொள்ளையர்களின் மர்மம் விலகியது. அனைத்தையும் செய்தது ருத்ரன் பணிநீக்கம் செய்யப்பட்ட காவல் கண்காணிப்பாளர் நேற்று இரவு கொள்ளை முயற்சியில் அவர் உடல் தீப்பற்றி மரணமடைந்தார். இருவர் மலையிலிருந்து விழுந்து சாவு.

ஒரு மாதம் கழித்து ,மாலையும் கழுத்துமாய் மதுரை ரெஸிஸ்டர் ஆபிசிலிருந்து வெளி வருகிறார்கள் புதுமண தம்பதிகள் பிரதீப்பும், அமுதாவும். மீடியாக்காரர்களின் கேமராக்கள் பளிச் பளிச்சென மின்னுகின்றன. காரில் ஏறுகிறார்கள் பிரதீப்பும், அமுதாவும். மீடியாக்காரர்களிடம் " ஏதோ கோவில் புரோகிராமாம் அங்கு வைத்து பேட்டி கொடுப்பாங்களாம்" ஒரு செய்தியாளர் இப்படிச் சொல்ல அனைத்து மீடியாக்காரர்களின் வாகனங்களும் அவர்களை பின் தொடர்கின்றது.

முப்பது நிமிட பயணத்தில் சோழவந்தான் நெருங்கிறது பிரதீப், அமுதாவை சுமந்து சென்ற கார். ஏதும் புரியவில்லை மீடியாக்காரர்களுக்கு அவர்கள் வாகனங்கள் அணிவகுத்து வந்து நிற்கின்றன.

காரிலிருந்து இறங்கிய பிரதீப்பும், அமுதாவும் அடுத்தடுத்து அமையப் பெற்ற தந்தை நீர்காந்த லிங்கம் தாய் அன்னத்தாய் உடன் இருக்க, மாமா பாஸ்கரனின் மணிமண்டபங்களில் அவர்களின் சிலை முன்னே மலர் வளையம் வைத்து வணங்குகிறார்கள். உணர்வு பூர்வமாய். அவர்களின் கோவில் அதுதானே.

# முற்றும்